ശ്രീബുദ്ധന്റെയും പ്രകൃതിയുടെയും കഥകൾ

sreebudhanteyum prakrithiyudeyum kadhakal

•

k s raman

•

first edition
may 2015

•

typesetting
megha

•

published
chintha publishers, thiruvananthapuram

•

•

cover
midas

•

വിതരണം

ദേശാഭിമാനി ബുക്ക് ഹൗസ്

H O തിരുവനന്തപുരം-695 035
Ph: 0471-2303026, 6063020
www.chinthapublishers.com
chinthapublishers@gmail.com

ബ്രാഞ്ചുകൾ

ഹെഡ്ഡാഫീസ് ബ്രാഞ്ച് കുന്നുകുഴി • സ്റ്റാച്യു തിരുവനന്തപുരം • കെ എസ് ആർ ടി സി ബസ് സ്റ്റേഷൻ ആലപ്പുഴ • കെ എസ് ആർ ടി സി ബസ് സ്റ്റേഷൻ എറണാകുളം • ചിറ്റൂർ റോഡ്, എറണാകുളം • മച്ചിങ്ങൽ ലെയ്ൻ തൃശൂർ • ഐ ജി റോഡ് കോഴിക്കോട് • കെ എസ് ആർ ടി സി ബസ് സ്റ്റേഷൻ കോഴി ക്കോട് • എൻ ജി ഒ യൂണിയൻ ബിൽഡിങ് കണ്ണൂർ • സെൻട്രൽ ബസ് ടെർമി നൽ കോംപ്ലക്സ് താവക്കര കണ്ണൂർ

CO - 2195 / 3666

ശ്രീബുദ്ധന്റെയും പ്രകൃതിയുടെയും കഥകൾ

കെ എസ് രാമൻ

ചിന്ത പബ്ലിഷേഴ്സ്
തിരുവനന്തപുരം-695 035

കെ എസ് രാമൻ

പത്രപ്രവർത്തകൻ, എഴുത്തുകാരൻ. മാതൃഭൂമിയുടെ ബാല പ്രസിദ്ധീകരണമായ *ബാലഭൂമിയിൽ* അസിസ്റ്റന്റ് എഡിറ്റ റായിരുന്നു. ഇപ്പോൾ സംഘർഷമേഖലകളിലെ കഥാഖ്യാ നരീതികളെക്കുറിച്ച് പഠനം നടത്തുന്നു.

ഉള്ളടക്കം

1

ശ്രീബുദ്ധനും ചെരുപ്പുകുത്തിയും

പണ്ടൊരിടത്ത് ദരിദ്രനായ ഒരു ചെരുപ്പുകുത്തിയുണ്ടായി രുന്നു. ശശാങ്കൻ എന്നായിരുന്നു അയാളുടെ പേര്.

ഒരിക്കൽ ആ നാട്ടിൽ ക്ഷാമകാലം വന്നു. അപ്പോൾ ആഹാ രത്തിനുപോലും വകയില്ലാതെ ശശാങ്കൻ വളരെ വിഷമിച്ചു.

തന്റെ കുടിലിന്റെ ഉമ്മറത്ത് എന്തു ചെയ്യണമെന്നറിയാതെ ഇരിക്കുകയായിരുന്നു ശശാങ്കൻ. അപ്പോഴാണ് കുടിലിന്റെ മുന്നി ലുള്ള കുളത്തിൽ മനോഹരമായ ഒരു താമരപ്പൂ വിരിഞ്ഞു നിൽക്കുന്നത് അയാൾ കണ്ടത്!

താമരപ്പൂക്കൾ വിരിയുന്ന കാലമായിരുന്നില്ല അത്. ശശാങ്കൻ അത്ഭുതത്തോടെ കുളത്തിനുനേരെ നടന്നു. 'ഈ താമരപ്പൂവ് ചന്തയിൽ കൊണ്ടുപോയി വില്ക്കുകയാണെങ്കിൽ രണ്ടു ചെമ്പു തുട്ടെങ്കിലും കിട്ടാതിരിക്കില്ല. അങ്ങനെയാണെങ്കിൽ ഒരുനേരത്തെ ആഹാരമെങ്കിലും കഴിക്കാം' അയാൾ കരുതി.

താമസിയാതെ, ശശാങ്കൻ ആ താമരപ്പൂ പറിച്ചെടുത്ത് ചന്ത യിലേക്കു തിരിച്ചു. അപ്പോഴാണ് ഒരു ധനികൻ എതിരേ വന്നത്. ചെരുപ്പുകുത്തിയുടെ കൈയിലെ താമരപ്പൂ കണ്ടപ്പോൾ ധനികൻ പറഞ്ഞു: "എടോ, ഈ പൂവ് എനിക്കു തരാമോ? ഞാൻ തനിക്ക് രണ്ട് സ്വർണ്ണനാണയം തരാം!"

അമ്പരന്നു നില്ക്കുന്ന ശശാങ്കനെ നോക്കി ധനികൻ

വീണ്ടും പറഞ്ഞു: "എന്താ, രണ്ട് സ്വർണ്ണനാണയങ്ങൾ പോരെ ന്നുണ്ടോ? എങ്കിൽ ഒരെണ്ണംകൂടി അധികം തരാം. എന്നാലും ഈ താമരപ്പൂ എനിക്കു വേണം. ശ്രീബുദ്ധന് ഈ പൂവ് ഏറെ ഇഷ്ടമാകും!"

അപ്പോഴാണ് പട്ടണത്തിൽ ബുദ്ധൻ വന്നിട്ടുണ്ടെന്ന കാര്യം ശശാങ്കൻ അറിയുന്നതുതന്നെ. പെട്ടെന്ന് അയാൾ സ്വർണ്ണനാ ണയത്തിന്റെ കാര്യമൊക്കെ മറന്നു. ധനികനോട് ഒന്നും പറ യാതെ ശശാങ്കൻ താമരപ്പൂവുമായി പട്ടണത്തിലേക്ക് ഓടി. ബുദ്ധന്റെ മുന്നിൽ എത്തിയപ്പോഴാണ് ആ ഓട്ടം നിന്നത്.

തന്റെ കൈയിലെ താമരപ്പൂവ് ശ്രീബുദ്ധന്റെ കാൽക്കൽ വച്ചു കൊണ്ട് ശശാങ്കൻ പറഞ്ഞു: "പ്രഭോ, എന്റെ ഈ എളിയ സമ്മാനം അങ്ങ് സ്വീകരിച്ചാലും!"

ജ്ഞാനദൃഷ്ടികൊണ്ട് സംഭവിച്ചതെല്ലാം മനസ്സിലാക്കിയ ബുദ്ധൻ ശശാങ്കനോട് പറഞ്ഞു: "വത്സാ, ഒരു ധനികൻ ഈ താമരപ്പൂവിന് സ്വർണ്ണനാണയങ്ങൾ വാഗ്ദാനം ചെയ്തപ്പോൾ നീ എന്തുകൊണ്ട് ഇതു കൊടുത്തില്ല? അങ്ങനെയാണെങ്കിലും ഈ താമരപ്പൂ എനിക്കുതന്നെ കിട്ടുമായിരുന്നല്ലോ. നിന്റെ കഷ്ട പ്പാടും മാറിയേനെ!"

"പ്രഭോ, അങ്ങയെ കാണാൻ കഴിയുമെന്നു കേട്ട നിമിഷം ഞാൻ പണത്തെക്കുറിച്ച് എല്ലാം മറന്നു. എന്റെ കഷ്ടപ്പാടോ വിശപ്പോ ഒന്നും എന്നെ സങ്കടപ്പെടുത്തിയതുമില്ല!" ശശാങ്കൻ പറഞ്ഞു.

മന്ദഹസിച്ചുകൊണ്ട് ബുദ്ധൻ എല്ലാവരോടുമായി പറഞ്ഞു: "ശരിയാണ്. ധനത്തിനൊരിക്കലും സ്നേഹത്തേക്കാൾ വലുതാ വാൻ കഴിയില്ല. പാവപ്പെട്ടവനെങ്കിലും വലിയ മനസ്സുണ്ടെങ്കിൽ നമുക്ക് എന്തു ത്യാഗവും ചെയ്യാനാവുമെന്ന് ഈ ചെരുപ്പുകുത്തി നമ്മെ പഠിപ്പിച്ചു!"

ശശാങ്കന്റെ ത്യാഗത്തേയും സ്നേഹത്തേയും അവിടെ കൂടി യിരുന്നവരെല്ലാം വാഴ്ത്തി.

2

കരാളന്റെ ചിലന്തിനൂൽ

ഒരിക്കൽ, ശ്രീബുദ്ധൻ ധ്യാനിച്ചിരിക്കുകയായിരുന്നു. അപ്പോ ഴാണ് ആരോ തന്നെ വിളിച്ച് ഉറക്കെ കരയുന്നതായി അദ്ദേഹ ത്തിനു തോന്നിയത്.

ദിവ്യദൃഷ്ടിയുള്ള ആളാണല്ലോ ശ്രീബുദ്ധൻ. ആരാണു തന്നെ വിളിച്ചു കരയുന്നതെന്ന് അദ്ദേഹം മനസ്സിലാക്കി. കരാ ളൻ എന്ന ഒരു കള്ളനായിരുന്നു അത്. മഹാദുഷ്ടനായിരുന്ന കരാളൻ മരിച്ച് നരകത്തിലെത്തിയിരിക്കുകയാണ്. ജീവിച്ചിരിക്കു മ്പോൾ ധാരാളം പാപം ചെയ്തിട്ടുള്ളതുകൊണ്ട് നരകത്തിലെ കൊടുംതീയിൽ കിടന്ന് വേവുകയാണ് അയാൾ.

ശ്രീബുദ്ധന് ഇരിപ്പുറച്ചില്ല. അദ്ദേഹം നരകത്തിലേക്കു ചെന്നു. അവിടെ കരാളനെപ്പോലെ കുറേ മനുഷ്യർ പലതരം ശിക്ഷകൾ അനുഭവിക്കുന്നുണ്ട്. അക്കൂട്ടത്തിൽനിന്നും കരാളനെ എങ്ങനെ രക്ഷിക്കാം എന്നായി ശ്രീബുദ്ധന്റെ ആലോചന. ഭൂമി യിൽ ജീവിക്കുമ്പോൾ കരാളൻ ഏതെങ്കിലും നല്ല കാര്യങ്ങൾ ചെയ്തിട്ടുണ്ടോ എന്ന് അദ്ദേഹം ചിന്തിച്ചു നോക്കി.

കുറേ ആലോചിച്ചപ്പോഴാണ് കരാളൻ ചെയ്ത ഒരു നല്ല പ്രവൃത്തി ശ്രീബുദ്ധൻ കണ്ടുപിടിച്ചത്. ഒരിക്കൽ കരാളന്റെ ദേഹത്ത് ഒരു ചിലന്തി വന്നു വീണു. മഹാദേഷ്യക്കാരനും ദയ യില്ലാത്തവനുമായ കരാളന് ഉടനെ അതിനെ കൊല്ലാനാണ്

തോന്നിയത്. എങ്കിലും എന്തുകൊണ്ടോ അയാൾ ചിലന്തിയെ കൊല്ലാതെ വെറുതെ വിട്ടു.

'ഓാ, ഭാഗ്യം. എങ്കിൽ ഒരു ചിലന്തിയെ കൊണ്ടുതന്നെ അയാളെ രക്ഷിക്കാം', ശ്രീബുദ്ധൻ കരുതി. അദ്ദേഹം വേഗം ഒരു ചിലന്തിവലയുടെ നൂൽ താഴേക്കിട്ടു കൊടുത്തു. എന്നിട്ടു പറഞ്ഞു: "കരാളാ, നീയൊരിക്കൽ ഒരു ചിലന്തിയെ കൊല്ലാതെ വിട്ടിട്ടുണ്ട്. അതുകൊണ്ട് ഈ ചിലന്തിനൂലിലൂടെ നിനക്ക് നരകക്കുഴിയിൽനിന്നു പുറത്തു വരാം!"

കരാളനു സന്തോഷമായി. അയാൾ വേഗം ആ നൂലിൽ കയറിപ്പിടിച്ചു. എന്നിട്ട് മുകളിലേക്കു കയറാൻ തുടങ്ങി. നരകത്തിൽ കിടക്കുന്ന മറ്റു ദുഷ്ടന്മാരും ഇതു കണ്ടു. രക്ഷപ്പെടാൻ പറ്റുന്ന അവസരമല്ലേ, അവരും നൂലിൽ വലിഞ്ഞു കയറി. എന്നാൽ കരാളന് അതിഷ്ടപ്പെട്ടില്ല. 'ണ്ടേ, എനിക്കുള്ള നൂലിൽ കയറി രക്ഷപ്പെടാൻ ശ്രമിക്കുന്നോ? ഹമ്പട, കാണിച്ചു തരാം!' ഇങ്ങനെ മനസ്സിൽ പറഞ്ഞുകൊണ്ട് കരാളൻ അവരെ കാലുകൊണ്ട് അടിച്ചു വീഴ്ത്താൻ നോക്കി. രക്ഷയില്ലെന്നു കണ്ടപ്പോൾ കത്തിയെടുത്ത് അവർക്കു മുകളിൽ വച്ച് ചിലന്തിനൂൽ മുറിച്ചു കളഞ്ഞു. അടുത്തനിമിഷം അവരെല്ലാം താഴെ വീണു.

"ഹ! ഹ!" അവർ നരകത്തിലേക്കു വീഴുന്നതുകണ്ട് കരാളൻ പൊട്ടിച്ചിരിച്ചു. പക്ഷേ, അപ്പോഴേക്കും നൂലിന്റെ മുകൾഭാഗം വലിഞ്ഞു പൊട്ടാറായിരുന്നുവെന്ന് അയാൾ അറിഞ്ഞില്ല. പിന്നെയും മുകളിലേക്കു കയറിയപ്പോഴേക്കും നൂൽ പൊട്ടി. കരാളനും താഴേക്കു വീണു.

നരകത്തീയിൽ കിടക്കുമ്പോൾ പോലും മറ്റുള്ളവരോട് ദുഷ്ടത കാണിക്കുന്ന കരാളനെപ്പോലുള്ളവരെ തനിക്കുപോലും രക്ഷിക്കാനാവില്ലെന്നു ശ്രീബുദ്ധനു മനസ്സിലായി.

3
ബുദ്ധന്റെ ഗോപുരം

വളരെ പണ്ടുകാലത്ത് നേപ്പാളിൽ ഗോമടകൻ എന്നൊരു രാജാവുണ്ടായിരുന്നു. മഹാ തന്നിഷ്ടക്കാരനും അഹംഭാവിയു മായിരുന്നു അദ്ദേഹം. വിലപിടിപ്പുള്ള പട്ടുവസ്ത്രങ്ങളും ആഭര ണങ്ങളും അണിഞ്ഞാണ് എപ്പോഴും രാജാവിന്റെ നടപ്പ്.

ജനങ്ങളെയും മന്ത്രിമാരെയും എന്നുവേണ്ട, കൊട്ടാരത്തി ലുള്ള സകലരെയും ഗോമടകനു പുച്ഛമാണ്! കാരണം, അവരേ ക്കാളൊക്കെ എത്രയോ വലിയ ആളാണു താൻ എന്നായിരുന്നു ആ അഹങ്കാരിയുടെ വിചാരം. അതുകൊണ്ടുതന്നെ, മാതാപി താക്കളെയും ഗുരുജനങ്ങളെയും വരെ നിന്ദിക്കാൻ രാജാവിന് ഒരു മടിയും ഉണ്ടായിരുന്നില്ല.

രാജധാനിക്ക് പുറത്ത്, മലമുകളിൽ വലിയ ഒരു ബുദ്ധക്ഷേ ത്രമുണ്ടായിരുന്നു. അതിനോടു ചേർന്ന് ആകാശം മുട്ടുന്നതെന്നു തോന്നുന്ന തരത്തിൽ ഒരു ഗോപുരമുണ്ട്. അതിന്റെ ഏറ്റവും മുകളിലേക്ക് നോക്കിയാണ് ആളുകൾ പ്രാർഥിക്കുക. കാരണം, ബുദ്ധഭഗവാൻ എപ്പോഴും അതിന്റെ മുകളിലാണ് ഇരിക്കുന്ന തെന്നായിരുന്നു അവിടുത്തുകാരുടെ വിശ്വാസം.

സ്വന്തം മഹത്വത്തെക്കുറിച്ചു മാത്രം ആലോചിച്ചുകൊണ്ടി രുന്നയാളാണല്ലോ ഗോമടക രാജാവ്. ഗോപുര മുകളിലുള്ള ദൈവത്തെ നേരിൽ ചെന്നു കാണണമെന്ന് ഒരിക്കൽ അദ്ദേഹ

ത്തിനു തോന്നി. അതിനുള്ള യോഗ്യതയുള്ളയാളാണ് താനെ ന്നായിരുന്നു രാജാവിന്റെ വിശ്വാസം!

പിന്നെ താമസിച്ചില്ല, ഗോമടകൻ മലമുകളിലെ ക്ഷേത്രത്തി ലെത്തി. അവിടെ വന്നെത്തിയിരുന്ന ഭക്തജനങ്ങളെയെല്ലാം മാറ്റി നിറുത്തി ഗോപുരത്തിനകത്തു കടന്നു. എന്നിട്ട് മുകളിലേക്കുള്ള കല്പടവുകളിലൂടെ കയറാൻ തുടങ്ങി.

മണിക്കൂറുകളോളം അദ്ദേഹം കയറി. ഓരോ പടവു വയ്ക്കു മ്പോഴും രാജാവിന് അഭിമാനവും ആകാംക്ഷയും വർധിച്ചു. മറ്റാരും ഒരിക്കലും കയറാൻ ധൈര്യപ്പെടാത്ത സ്ഥലത്തേക്കാ ണല്ലോ താൻ ചെല്ലാൻ പോകുന്നത്!

അങ്ങനെ എത്രനേരം കഴിഞ്ഞു എന്നറിഞ്ഞില്ല. ക്ഷീണിച്ചി രുന്നെങ്കിലും ഗോമടകൻ ഒടുവിൽ ഗോപുരത്തിന്റെ ഏറ്റവും മുക ളിലെത്തി.

ഗോമടക രാജാവ് ശരിക്കും അമ്പരന്നുപോയി. അദ്ദേഹം അവിടെ നിന്നുകൊണ്ട് താഴേക്കു നോക്കി. ഉറുമ്പുകളെക്കാൾ അല്പം വലിപ്പത്തിൽ അവിടെ ജനങ്ങളെല്ലാം കൂട്ടം കൂടി നിൽക്കുന്നത് ഗോമടകൻ കണ്ടു. അവർക്ക് നടുവിലായി മറ്റൊ രാൾ നിൽക്കുന്നതും. ചുറ്റും പ്രകാശം വിതറിക്കൊണ്ടന്നപോലെ നിന്നിരുന്ന ആ രൂപത്തെ അദ്ദേഹത്തിനു തിരിച്ചറിയാൻ പ്രയാ സമുണ്ടായില്ല. സാക്ഷാൽ ശ്രീബുദ്ധനായിരുന്നു അത്!

ഈശ്വരൻ ജനങ്ങൾക്കിടയിലാണ് എപ്പോഴും കഴിയുന്നത് എന്ന സത്യം അപ്പോഴാണ് ഗോമടക രാജാവു മനസ്സിലാക്കിയ ത്. രാജാവിന്റെ കടമയും അതാണെന്ന് മനസിൽ ആരോ പറയു ന്നതായി അദ്ദേഹത്തിനുതോന്നി.

പശ്ചാത്താപത്തോടെ ഗോമടകൻ വേച്ചുവേച്ച് താഴേക്കിറ ങ്ങി. അഹംഭാവവും തന്നിഷ്ടവുമെല്ലാം വെടിഞ്ഞ് ശേഷമുള്ള കാലം അദ്ദേഹം തന്റെ ജനത്തിനുവേണ്ടി രാജ്യം ഭരിക്കുകയും ചെയ്തു.

4

ഇരയുടെ ഉടമസ്ഥൻ

കാട്ടിൽ ഇരതേടി നടക്കുകയായിരുന്നു ഗോലകൻ എന്ന ചെന്നായയും പിംഗളൻ എന്ന കുറുക്കനും. വളരെനേരം ശ്രമി ച്ചിട്ടും ഒരു ഇരയെപ്പോലും അവർക്ക് ലഭിച്ചില്ല.

അപ്പോഴാണ് ചത്തുകിടക്കുന്ന ഒരു മുയലിനെ ഗോലകനും പിംഗളനും കണ്ടത്. ഏതോ വേട്ടക്കാരൻ കൊന്നിട്ടതായിരുന്നു അതിനെ. ഒരാൾക്ക് കഷ്ടിച്ച് വിശപ്പു മാറ്റാനുള്ള വലിപ്പമേ അതി നുണ്ടായിരുന്നുള്ളൂ. താനാണ് അതിനെ ആദ്യം കണ്ടതെന്നും അതുകൊണ്ട് അതിനെ തനിക്ക് വേണമെന്നും രണ്ടുപേരും വാദി ച്ചു.

തർക്കം മൂത്തുമൂത്തു വന്നു. അവർ ശണ്ഠ കൂടുന്ന ശബ്ദം കേട്ട് ചിരന്തനൻ എന്ന ഒരു സന്ന്യാസി അവിടെയെത്തി. മൃഗ ങ്ങളുടെ ഭാഷ അറിയാവുന്നയാളായിരുന്നു അദ്ദേഹം. തർക്ക ത്തിന്റെ കാരണം എന്താണെന്ന് സന്ന്യാസി അവരോട് തിരക്കി.

"ഞാൻ കഷ്ടപ്പെട്ട് പിടികൂടി കൊന്ന മുയലാണിത്", ഗോല കൻ പറഞ്ഞു. "എന്നിട്ട് അത് തന്റേതാണെന്ന് പിംഗളൻ വാദി ക്കുന്നു. പറയൂ, അത് ശരിയാണോ?"

"അല്ല. പക്ഷേ, പിംഗളന് പറയാനുള്ളതുകൂടി കേൾക്കട്ടെ!" സന്ന്യാസി പറഞ്ഞു.

"ഗോലകനല്ല, വാസ്തവത്തിൽ ഞാനാണ് ഈ മുയലിനെ

പിടികൂടിയത്. അതുകൊണ്ടുതന്നെ അത് എനിക്ക് അവകാശ പ്പെട്ടതാണ്" പിംഗളൻ പറഞ്ഞു.

"ഗോലകാ" സന്ന്യാസി അൽപ്പം ആലോചിച്ചുകൊണ്ട് പറ ഞ്ഞു: "നീ ഒട്ടും കള്ളം പറയാത്തവനാണെന്ന് ഈ കാട്ടിൽ എല്ലാവർക്കും അറിയാം. പിംഗളന്റെ കാര്യവും അങ്ങനെതന്നെ – ഒരിക്കലും കളവോ ചതിയോ ചെയ്യില്ല. അതുകൊണ്ട് എനിക്ക് ഒരു കാര്യം മനസ്സിലായി. ഈ മുയലിനെ നിങ്ങൾ രണ്ടുപേരു മല്ല പിടികൂടിയത്. അത് നിങ്ങൾക്ക് അവകാശപ്പെട്ടതുമല്ല!"

സന്ന്യാസി മുന്നോട്ടുചെന്ന് മുയലിനെ കൈയിലെടുത്തു. എന്നിട്ട് അപ്പോൾ ആ വഴി പറന്നുവന്ന ഒരു പരുന്തിന് അത് നൽകി.

ഉള്ള ഇര കൂടി നഷ്ടപ്പെട്ട ഗോലകനും പിംഗളനും അതു നോക്കിനിൽക്കാനേ കഴിഞ്ഞുള്ളൂ. കിട്ടുന്നതെന്തും പരസ്പരം പങ്കുവയ്ക്കുകയാണ് നല്ല ചങ്ങാതിമാരുടെ ലക്ഷണമെന്ന് അവർ മനസ്സിലാക്കി.

5

നന്മയും തിന്മയും

പണ്ട്, തിബറ്റിൽ ഓഷിമോ എന്നൊരു ഗുരു ഉണ്ടായിരു ന്നു. തന്റെ ശിഷ്യന്മാരിൽ ഷോമോ എന്ന ബാലനെയായിരുന്നു ഓഷിമോയ്ക്ക് കൂടുതലിഷ്ടം. മറ്റു ശിഷ്യന്മാർക്ക് ഇത്രത്ര ഇഷ്ട മായിരുന്നില്ല. ഷോമോയെ മോശക്കാരനാക്കാൻ വഴിയുണ്ടോ എന്നായിരുന്നു അവരുടെ ആലോചന.

ഒരിക്കൽ രാജാവിന്റെ അഭ്യർത്ഥന പ്രകാരം ഓഷിമോ കൊട്ടാരം സന്ദർശിച്ചു. ഒപ്പം അദ്ദേഹം ഷോമോയെയും കൂട്ടിയി രുന്നു. ഓഷിമോയെ രാജാവ് ആഹ്ലാദത്തോടെ സ്വീകരിച്ചു. അമൂ ല്യമായ ഒരു രത്നമാല ഓഷിമോയ്ക്ക് സമ്മാനിച്ചുകൊണ്ട് രാജാവ് പറഞ്ഞു: "ഓഷിമോ, ഇതാ ഏറ്റവും നല്ല പണ്ഡിത നുള്ള സമ്മാനം!"

ഓഷിമോയ്ക്ക് സന്തോഷമായി. അപ്പോൾ രാജാവ് തുടർന്നു: "ഓഷിമോ, താങ്കൾ ചില കാര്യങ്ങളിൽ ശ്രദ്ധിക്കണം. താങ്കളുടെ വേഷത്തെക്കുറിച്ചാണ് ഞാൻ പറയുന്നത്. എത്ര മോശമാണീ വേഷം! മാത്രമല്ല, താടിക്കും മുടിക്കുമൊന്നും തീരെ വൃത്തിയി ല്ല. വസ്ത്രത്തിനാണെങ്കിൽ ദുർഗന്ധവുമുണ്ട്."

രാജാവിന്റെ വാക്കുകൾ ഓഷിമോയെ വല്ലാതെ വേദനിപ്പി ച്ചു. അദ്ദേഹം അന്നുതന്നെ ആശ്രമത്തിലേക്കു തിരിച്ചു.

വഴിക്കുവച്ച് ഓഷിമോ, ഷോമോയോടു പറഞ്ഞു: "ഷോമോ,

കൊട്ടാരത്തിൽ നടന്നതൊന്നും മറ്റാരും അറിയരുത്."

ഷോമോ അതു സമ്മതിച്ചു. ദിവസങ്ങൾ കഴിഞ്ഞുപോയി. ഒരുദിവസം കുറെ ശിഷ്യന്മാർ ഓഷിമോയുടെ അടുത്തെത്തി. "ഗുരോ, രാജാവ് സമ്മാനിച്ച രത്നമാല ഒന്നു കാണട്ടെ!" അവർ പറഞ്ഞു.

"രത്നമാലയോ? എന്റെ പക്കൽ രത്നമാലയുണ്ടെന്ന് ആരാണ് പറഞ്ഞത്?" ഓഷിമോ അമ്പരപ്പോടെ ചോദിച്ചു.

"ആ ഷോമോ പറഞ്ഞതാണ്. അവൻ അങ്ങു പറയുന്ന എല്ലാ കാര്യങ്ങളും ഞങ്ങളോടു പറയും." ഒരു ശിഷ്യൻ പറഞ്ഞു.

"കൊള്ളാം. പിന്നെ അവൻ എന്തെല്ലാം പറഞ്ഞു?" ഓഷിമോ ചോദിച്ചു.

"കൊട്ടാരം കുറെ ദൂരെയാണെന്നും രാജാവ് വളരെ നല്ല ഒരാളാണെന്നും പറഞ്ഞു."

ഓഷിമോ പിന്നീടൊന്നും ചോദിച്ചില്ല. എങ്കിലും ശിഷ്യന്മാർ ഷോമോയുടെ കുറ്റങ്ങൾ പറഞ്ഞുകൊണ്ടേയിരുന്നു. വൈകാതെ, ഓഷിമോ ഷോമോയെ അടുത്തേക്കു വിളിപ്പിച്ചു.

"ഷോമോ, നിനക്ക് രഹസ്യം സൂക്ഷിക്കാൻ അറിയില്ല, അല്ലേ?" ഗുരുവിന്റെ ചോദ്യം കേട്ട് ഷോമോ വിഷമത്തിലായി.

അതുകണ്ട് ഓഷിമോ സ്നേഹത്തോടെ അവന്റെ തോളിൽ തട്ടി. എന്നിട്ടു പറഞ്ഞു: "കുഞ്ഞേ, നീ ഒരു തെറ്റും ചെയ്തിട്ടില്ല. ഒരാളെക്കുറിച്ച് നല്ലതു പറയുന്നത് കുറ്റമല്ല. ചീത്ത കാര്യങ്ങൾ പറയുന്നതാണ് കുറ്റം. ഇവ രണ്ടും തിരിച്ചറിയാൻ സ്നേഹവും നല്ല മനസ്സുമുള്ളവർക്കേ കഴിയൂ. നിനക്ക് അതുണ്ട്. എന്നോ ടുള്ള സ്നേഹംകൊണ്ട് എന്നെക്കുറിച്ച് രാജാവ് പറഞ്ഞ നല്ല കാര്യം നിനക്ക് രഹസ്യമാക്കി വയ്ക്കാൻ കഴിഞ്ഞില്ല. പക്ഷേ, ചീത്തക്കാര്യം നീ ഒളിപ്പിക്കുകയും ചെയ്തു."

ഗുരുവിന്റെ വാക്കുകൾ കേട്ട് ശിഷ്യന്മാരുടെ മുഖംവാടി. പിന്നീടൊരിക്കലും ഷോമോയെ കുറ്റക്കാരനാക്കാൻ അവർ ശ്രമി ച്ചിട്ടില്ല.

6

ഒരു കാടിന്റെ കഥ

വൈശാലി എന്ന കൊച്ചുരാജ്യത്ത് ഒരിക്കൽ മഴ പെയ്യാതായി. ഭയങ്കരമായ വേനലിൽ മരങ്ങളെല്ലാം ഉണങ്ങി. നദികൾ വറ്റിവരണ്ടു. കുടിക്കാൻ പോലും വെള്ളമില്ലാതെ ആളുകൾ മറ്റു നാടുകളിലേക്കു പോകാൻ തുടങ്ങി.

ശൂരസേന രാജാവായിരുന്നു അന്ന് വൈശാലി ഭരിച്ചിരുന്നത്. അദ്ദേഹത്തിന് ഒരു മകളുണ്ട്– മേഘസേന. സുന്ദരിയും ദയാലുവുമായ അവൾ എന്നും കുന്നിൻ മുകളിലെ ദേവാലയത്തിൽ പോകും. എന്നിട്ട് മഴ പെയ്യിക്കണേ എന്ന് ദേവനോടു പ്രാർത്ഥിക്കും.

ഒരുദിവസം മേഘസേന, തോഴിമാരുമൊത്ത് രഥത്തിൽ ക്ഷേത്രത്തിലേക്കു പോകുകയായിരുന്നു. കുറേ ചെന്നപ്പോൾ പൊടുന്നനെ അവൾ ഒരു കാഴ്ച കണ്ടു! അതാ, ഒരു വള്ളിച്ചെടി വഴിയിലേക്കു പടർന്നു കിടക്കുന്നു! പാവം അതിനു പടർന്നു പന്തലിച്ചു വളരാൻ യാതൊന്നും അവിടെയില്ല! അതിന് എന്റെ ഈ രഥം തന്നെ കൊടുത്താലോ? മേഘസേന ആലോചിച്ചു. പിന്നെ സംശയിച്ചില്ല. കുമാരി രഥം നിർത്താൻ ആജ്ഞാപിച്ചു. മേഘസേന രഥത്തിൽ നിന്നിറങ്ങി. കൂടെ, കുതിരയെ അഴിച്ച് മറ്റുള്ളവരും. ക്ഷേത്രത്തിലെത്തി പ്രാർത്ഥിച്ചശേഷം അവർ മറ്റൊരു വഴിയിലൂടെ കൊട്ടാരത്തിലേക്കു തിരിച്ചുപോയി.

അങ്ങനെ വള്ളിച്ചെടി ആ രഥത്തിൽ പടർന്നു. വൈകാതെ അതു പന്തലിച്ചു. അതിൽ പൂക്കളും പഴങ്ങളുമുണ്ടായി. കിളി കളും ശലഭങ്ങളും അവിടെയെത്തി. കിളികൾ കൊണ്ടുവന്നു തിന്ന പഴങ്ങളുടെ വിത്തുകൾ നിലത്തു വീണു. അവയും മുളച്ച് ചെടികളുണ്ടായി. അവയുടെ വേരുകൾ ഭൂമിക്കടിയിലേക്കു ചെന്നു. വെള്ളം വലിച്ചെടുത്ത് അവ വളർന്നു വൻമരങ്ങളായി! അതോടൊപ്പം ഭൂമിക്കടിയിലെ ജലം മുകളിലേക്കുയർന്നു. അങ്ങനെ വർഷങ്ങൾ കഴിഞ്ഞപ്പോൾ അതൊരു കൊടുംകാടായി മാറി. 'രഥവനം' എന്നാണ് ആളുകൾ ആ കാടിനെ വിളിച്ചത്.

അതിനിടെ മേഘസേനയെ മറ്റൊരു രാജ്യത്തെ രാജകുമാ രൻ വിവാഹം കഴിച്ചു കൊണ്ടുപോയി. അവിടത്തെ രാജ്ഞി യായി അവൾ വാണു. വയസ്സുചെന്ന് പിന്നീടവർ മരിച്ചുപോവു കയും ചെയ്തു.

തങ്ങളുടെ ആ പഴയ രാജകുമാരിയെക്കുറിച്ച് രഥവനത്തിലെ ഗോത്രവർഗ്ഗക്കാർ ഇന്നും പാടാറുണ്ട്. ഒരുപക്ഷേ, അവിടത്തെ മരങ്ങളും പക്ഷികളുമെല്ലാം പാടുന്നതും മേഘസേനയെക്കുറിച്ചു തന്നെയാവണം.

7

നൂറാമത്തെ ചിത്രം

ടിബറ്റിൽ പണ്ട് ഹൈനെ എന്നു പേരായ ഒരു ഗുരു ഉണ്ടായി രുന്നു. ഒരു ചിത്രകാരൻ കൂടിയായിരുന്നു അദ്ദേഹം.

ഒരിക്കൽ ചൈനയിലെ രാജാവ് തന്റെ മന്ത്രിയെ ഹൈനെ യുടെ അടുത്തേക്ക് അയച്ചു.

"രാജാവ് മനോഹരമായ ഒരു ബുദ്ധക്ഷേത്രം നിർമ്മിക്കാൻ പോകുകയാണ്. അതിന്റെ മാതൃക പലരെക്കൊണ്ടും വരപ്പിച്ചു നോക്കി. പക്ഷേ, അതൊന്നും അദ്ദേഹത്തിന് ഇഷ്ടമായില്ല. നാളെ ക്ഷേത്രത്തിന്റെ പണി തുടങ്ങും. ഇന്നുതന്നെ താങ്കൾ ഒരു ചിത്രം വരച്ച് എന്റെ വശം തന്നുവിടണം. അതിനാണ് രാജാവ് എന്നെ അയച്ചിരിക്കുന്നത്!" മന്ത്രി ഹൈനെയോട് പറഞ്ഞു.

ഹൈനെ ചായക്കൂട്ടുകൾ വേണ്ടവിധത്തിൽ തയ്യാറാക്കി ക്ഷേത്രത്തിന്റെ പടം വരയ്ക്കാൻ തുടങ്ങി. മന്ത്രിയാവട്ടെ, അദ്ദേഹം അതു വരയ്ക്കുന്നതുതന്നെ നോക്കി തൊട്ടടുത്തു നിന്നു. വരച്ചു കഴിഞ്ഞ ചിത്രം അദ്ദേഹം മന്ത്രിയെ കാണിച്ചു. പക്ഷേ മന്ത്രിക്ക് അത് ഇഷ്ടമായില്ല. ഹൈനെ വീണ്ടും ഓരോ മാതൃകകൾ വരച്ചു നോക്കി– ഒന്നിനു പിറകെ ഒന്നായി തൊണ്ണൂറ്റി ഒമ്പത് തരത്തിൽ! പക്ഷേ, ആ തൊണ്ണൂറ്റി ഒമ്പത് മാതൃകകളും മന്ത്രിക്ക് തൃപ്തികരമായി തോന്നിയില്ല.

അപ്പോഴേക്കും ചായക്കൂട്ട് തീരാറായി. "എന്റെ ചായക്കൂട്ട്

തീരാറായി. താങ്കൾ കുറച്ചു ചായക്കൂട്ടുകൾ വാങ്ങാൻ ഏർപ്പാടാ ക്കിയാൽ നന്നായിരുന്നു!" ഹെനെ മന്ത്രിയോട് പറഞ്ഞു.

മന്ത്രി പുറത്തേക്കു നീങ്ങിയപ്പോൾ അവശേഷിച്ച ചായംകൊണ്ട് ഹെനെ വര തുടർന്നു.

വൈകാതെ, പുതിയ ചായക്കൂട്ടുകൾ വരുത്തിയ മന്ത്രി അതു മായി ഹെനെയുടെ അരികിൽ തിരിച്ചെത്തി. അപ്പോഴേക്കും ഹെനെ അതിമനോഹരമായ ഒരു ക്ഷേത്രത്തിന്റെ മാതൃക വരച്ചു കഴിഞ്ഞിരുന്നു! ഇതുവരെ കണ്ട തൊണ്ണൂറ്റി ഒമ്പത് ചിത്രങ്ങ ളിൽ നിന്നും തികച്ചും വ്യത്യസ്തവും മനോഹരവുമായ ഒന്ന്!

"എന്തൊരത്ഭുതം! എത്ര പെട്ടെന്നാണ് താങ്കൾ മനോഹര മായ ഈ ക്ഷേത്രം വരച്ചു കഴിഞ്ഞത്!" മന്ത്രിയുടെ മുഖത്ത് സന്തോഷം തിളങ്ങി.

അപ്പോൾ ഹെനെ പറഞ്ഞു: "താങ്കൾ അടുത്തുണ്ടായിരുന്ന പ്പോൾ എന്റെ മനസ്സിന് ഒട്ടും ഏകാഗ്രത ഉണ്ടായിരുന്നില്ല. വര യ്ക്കുന്ന ചിത്രം നന്നാകുമോ, അത് താങ്കൾക്കും രാജാവിനും ഇഷ്ടമാകുമോ തുടങ്ങിയ ചിന്തകളായിരുന്നു അപ്പോൾ എന്റെ മനസ്സിൽ. എന്നാൽ ഞാനൊറ്റയ്ക്കായപ്പോൾ എനിക്ക് ഏകാ ഗ്രത കിട്ടി. അതോടെ എന്നിലെ കലാകാരൻ ഉണർന്നു. ഞാൻ ശ്രീബുദ്ധനെ മാത്രം മനസ്സിൽ സങ്കല്പിച്ച്, മറ്റെല്ലാം മറന്നു വരയ് ക്കുകയും ചെയ്തു!"

സ്വതന്ത്രമായ മനസ്സിൽ നിന്നേ മനോഹരമായ കലാസൃഷ്ടി കൾ പിറക്കൂ എന്നു മനസ്സിലാക്കിയ മന്ത്രി, ഹെനെയെ നമിച്ചു. എന്നിട്ട് ചിത്രവുമായി കൊട്ടാരത്തിലേക്കു മടങ്ങി.

8

മാന്തോപ്പും കിളികളും

ഒരു ഗ്രാമത്തിൽ വലിയ ഒരു മാവിൻതോട്ടമുണ്ടായിരുന്നു. തേൻപോലെ മധുരമുള്ള നിരവധി മാങ്ങകൾ മിക്കപ്പോഴും അവ യിലുണ്ടാവും. അതുകൊണ്ടുതന്നെ കാക്കകളും കുരുവികളും തത്തമ്മകളുമെന്നുവേണ്ട നിരവധി തരത്തിലുള്ള പക്ഷികൾ മാവുകളിൽ കൂടുകൂട്ടിയിരുന്നു.

ഗ്രാമത്തലവനും കൂട്ടുകാരും ഈ മാന്തോപ്പിലാണ് എന്നും വന്നിരിക്കാറുള്ളത്. അവർ പല കാര്യങ്ങളെക്കുറിച്ചും അവിടെ യിരുന്ന് സംസാരിക്കും. പക്ഷേ, കിളികളുടെ ചിലയ്ക്കലും പാട്ടും കാരണം പലപ്പോഴും ശ്രദ്ധയോടെ കാര്യങ്ങൾ പറയാൻ കഴിയി ല്ല. മാത്രമല്ല, മാവിന്റെ ചില്ലകളിലിരുന്ന് അവ കാഷ്ഠിക്കുകയും ചെയ്യും!

"ഹാ, ഈ ശല്യക്കാരായ കിളികളെ ഇവിടെനിന്ന് ഓടി ച്ചാലേ രക്ഷയുള്ളൂ!" ഗ്രാമത്തലവൻ സഹികെട്ട് അഭിപ്രായപ്പെ ട്ടു. മറ്റുള്ളവർ അതു ശരിവച്ചു. പിന്നെ താമസിച്ചില്ല, അവർ കല്ലും വടിയുമെല്ലാം എറിഞ്ഞ് കിളികളെ ഓടിക്കാൻ തുടങ്ങി. മാവിൻമു കളിൽ കയറി അവയുടെ കൂടുകൾ തകർക്കുകയും ചെയ്തു.

പാവം കിളികൾ! നിവൃത്തിയില്ലാതെ അവ ആ മാന്തോപ്പു വിട്ടു പറന്നുപോയി.

ദിവസങ്ങൾ കഴിഞ്ഞു. മാവുകളിലെല്ലാം പുഴുക്കളും കീട

ങ്ങളും വന്നു നിറഞ്ഞു. മുമ്പൊക്കെ അവയെ പക്ഷികൾ തിന്നൊ
ടുക്കുകയായിരുന്നു പതിവ്. പക്ഷികൾ പോയതോടെ അവ മാവു
കളുടെ ഇലയും പൂവും തടിയുമെല്ലാം ആക്രമിക്കാൻ തുടങ്ങി.
വൈകാതെ, മാവുകളുടെ ഇലകൾ കൊഴിഞ്ഞു. മാമ്പൂക്കൾ വിരി
യാതായി. ചില്ലകൾ ഉണങ്ങി ഒടിഞ്ഞുവീണു. ഗ്രാമത്തലവനും
കൂട്ടർക്കും അതുനോക്കി നിൽക്കാനേ കഴിഞ്ഞുള്ളൂ. നശിച്ചു
പോകുന്ന ആ മാന്തോപ്പ്, വൈകാതെ അവരും ഉപേക്ഷിച്ചു.

9

പരിഹാരം

ഒരിക്കൽ ജപ്പാനിലെ ഒരു ഗ്രാമത്തിലുള്ള ഏതാനും കുടി ലുകൾക്ക് എങ്ങനെയോ തീ പിടിച്ചു. പാവപ്പെട്ട ഗ്രാമീണർ തീ കെടുത്താൻ നിൽക്കാതെ അടുത്തുതന്നെ താമസിക്കുന്ന ഒരു ബുദ്ധസന്ന്യാസിയുടെ അടുത്തേക്ക് ഓടി. മാന്ത്രികനായ ആ സന്ന്യാസി മന്ത്രം ചൊല്ലി തീ കെടുത്തുമെന്നായിരുന്നു അവ രുടെ പ്രതീക്ഷ.

"തീ കെടുത്താൻ ശ്രമിക്കാതെ നിങ്ങൾ എന്റെ അടുത്തേക്ക് ഓടിവന്നത് എന്തിന്?" സന്ന്യാസി ചോദിച്ചു.

"അങ്ങേയ്ക്കു മാത്രമേ ഞങ്ങളെ സഹായിക്കാനാകൂ!" ഗ്രാമീ ണർ കരഞ്ഞു.

എന്തെങ്കിലും അത്ഭുതം കാണിച്ച് തീ കെടുത്തുന്നതിനാണ് അവർ വന്നിട്ടുള്ളതെന്ന് സന്ന്യാസിക്കു മനസ്സിലായി. മന്ദഹാ സത്തോടെ അദ്ദേഹം കുറേ ചൂരൽക്കുട്ടകൾ എടുത്തുകൊണ്ടു വന്ന് അവർക്കു നൽകിയിട്ടു പറഞ്ഞു:

"ഞാൻ നെയ്തുണ്ടാക്കിയ ചൂരൽക്കുട്ടകളാണ് ഇവ. നിങ്ങൾ ഈ കുട്ടകൾ കൊണ്ടുപോകൂ!"

"എന്തിന്?" ഗ്രാമീണർക്ക് കാര്യം പിടികിട്ടിയില്ല.

"നിങ്ങളുടെ കുടിലുകൾ ഇതിനകം വെറും കരിക്കട്ടകളാ യി മാറിയിട്ടുണ്ടാകും. ഇനി ഒരു മന്ത്രത്തിനും അവയെ രക്ഷപ്പെ

ടുത്താൻ സാദ്ധ്യമല്ല. പകരം, കുടിലുകൾ കത്തി ബാക്കിയായ കരിക്കട്ടകൾ നിങ്ങൾ ഈ കുട്ടകളിൽ ശേഖരിക്കുക!" സന്ന്യാസി പറഞ്ഞു.

"അങ്ങ് ഞങ്ങളെ പരിഹസിക്കുകയാണോ?" അവർ ചോദിച്ചു.

"അല്ലേയല്ല. നഷ്ടപ്പെട്ടതിനെക്കുറിച്ച് ഇനി ഖേദിക്കാതിരിക്കുക. മഞ്ഞുകാലം വന്നെത്തിക്കഴിഞ്ഞു. നഗരത്തിലെ സമ്പന്നർ തീ കായാനായി ധാരാളം കരിക്കുകൾ വാങ്ങാറുണ്ടല്ലോ. കുടിലുകൾ കത്തിയ കരിക്കട്ടകൾ ഈ കുട്ടകളിലെടുത്ത് അവർക്ക് വിൽക്കൂ! അങ്ങനെ കിട്ടുന്ന പണംകൊണ്ട് പുതിയ കുടിലുകൾ കെട്ടൂ!"

ഗ്രാമീണർക്ക് സന്തോഷമായി. അവർ സന്ന്യാസി നൽകിയ കുട്ടകളുമായി തിരികെ പോയി. കരിക്കട്ടകൾ നഗരത്തിൽ കൊണ്ടു പോയി വിറ്റ് ഓരോരുത്തരും സ്വന്തം വീടു കെട്ടാനുള്ള ധനം കണ്ടെത്തുകയും ചെയ്തു.

10

ദിവ്യവൃക്ഷത്തിന്റെ അനുഗ്രഹം

വിദേഹത്ത് പണ്ടൊരു ദിവ്യവൃക്ഷമുണ്ടായിരുന്നു. അതിന്റെ ചുവട്ടിൽ എപ്പോഴും ധ്യാനിച്ചിരിക്കുന്ന ഒരു സന്ന്യാസിയും ഉ ണ്ടാകും.

ഒരിക്കൽ ദിവ്യവൃക്ഷത്തിന്റെ അനുഗ്രഹം തേടി നാലുപേർ അവിടെയെത്തി. വിദേഹത്തെ രാജാവും ഒരു വ്യാപാരിയുമായി രുന്നു അതിൽ രണ്ടുപേർ. പിന്നെ ഒരു പ്രഭുവിന്റെ കാവൽക്കാ രനും ആടിനെ മേയ്ക്കുന്ന ഒരു പാവം പെൺകുട്ടിയും.

സന്ന്യാസി അവർക്കെല്ലാം വൃക്ഷത്തിന്റെ ബലമുള്ള ഓരോ കമ്പു കൊടുത്തു. എന്നിട്ടു പറഞ്ഞു: "നിങ്ങൾ ഈ കമ്പുകൊ ണ്ടുപോയി ഏറ്റവും പ്രയോജനപ്പെടുന്ന രീതിയിൽ ഉപയോഗി ക്കണം. എന്നിട്ട് അടുത്ത മാസം ഇതേ ദിവസം ഇവിടെ വരൂ. ഏറ്റവും നല്ല രീതിയിൽ മരക്കമ്പ് ഉപയോഗിച്ചവരെ വൃക്ഷം അനു ഗ്രഹിക്കും!"

അങ്ങനെ നാലുപേരും കമ്പുമായി തിരികെ പോയി. കൃത്യം ഒരു മാസം കഴിഞ്ഞ് അവർ അവിടെ തിരികെ വന്നെത്തുകയും ചെയ്തു.

"ആട്ടെ, നിങ്ങൾ എന്താണ് ആ കമ്പു കൊണ്ടുപോയി ചെയ്തത്? സന്ന്യാസി എല്ലാവരേയും നോക്കിക്കൊണ്ടു ചോദി ച്ചു.

"പ്രഭോ, ഞാൻ അതു ചെത്തി മിനുക്കി സ്വർണ്ണവും മറ്റും കെട്ടിച്ച് നല്ലൊരു ഊന്നുവടിയുണ്ടാക്കി" രാജാവു പറഞ്ഞു: " എന്നിട്ടത് എന്റെ വൃദ്ധനായ പിതാവിനു കൊടുത്തു. ആ വടി കുത്തിയാണ് അദ്ദേഹമിപ്പോൾ നടക്കുന്നത്!"

സന്ന്യാസി വ്യാപാരിയുടെ നേരെ തിരിഞ്ഞു.

"പ്രഭോ, ഞാൻ ആ കമ്പുകൊണ്ട് ഭംഗിയുള്ള ഒരു പ്രതിമ യുണ്ടാക്കി. എന്നിട്ടത് അമ്പതു സ്വർണ്ണനാണയങ്ങൾക്കു വിറ്റു!"

അടുത്തത് കാവൽക്കാരന്റെ ഊഴമായിരുന്നു.

"അങ്ങുന്നേ, അടിയൻ ആ കമ്പിന്റെ ഒരറ്റം ലോഹംകൊണ്ട് പൊതിഞ്ഞു. യജമാനന്റെ വീട്ടിൽ മോഷ്ടിക്കാൻ വരുന്നവരേയും മറ്റും അതുകൊണ്ടാ ഇപ്പോൾ അടിച്ചോടിക്കുന്നത്!"

അപ്പോൾ ഇടയപ്പെൺകുട്ടി പറഞ്ഞു: "പ്രഭോ, അടിയൻ ആ കമ്പു കൊണ്ടുപോയി വഴിയരികിൽ കുഴിച്ചിട്ടു. എന്നിട്ട് തടമു ണ്ടാക്കി എന്നും വെള്ളമൊഴിച്ചു. ഇല പൊടിച്ച് ഇപ്പോഴേ അതു വലുതാവാൻ തുടങ്ങി!"

ഇതുകേട്ട് സന്ന്യാസിയുടെ കണ്ണുകൾ തിളങ്ങി. അദ്ദേഹം പറഞ്ഞു: "വാസ്തവത്തിൽ ഈ പാവം ഇടയബാലിക മാത്ര മാണ് ആ മരച്ചില്ല ശരിയായി പ്രയോജനപ്പെടുത്തിയത്. നിങ്ങൾ മറ്റു മൂന്നുപേരും സ്വന്തം സ്വാർത്ഥത്തിനു വേണ്ടിയാണ് അത് ഉപയോഗിച്ചത്. ഇവളാകട്ടെ, വരുംകാലത്ത് എല്ലാവർക്കും ഫല ങ്ങളും തണലും തരുന്ന ഒരു വൃക്ഷമായി വളരാൻ ആ കമ്പു നട്ടു പിടിപ്പിച്ചു. തീർച്ചയായും ഇവൾക്കു മാത്രമാണ് ദിവ്യവൃ ക്ഷത്തിന്റെ അനുഗ്രഹം കിട്ടാൻ അർഹത!"

പറഞ്ഞു തീർന്നില്ല, ദിവ്യവൃക്ഷത്തിൽനിന്നും സുഗന്ധ മുള്ള പൂക്കളും ഇലകളും ഇടയബാലികയുടെ ശിരസ്സിൽ വന്നു വീണു എന്നാണ് ഐതിഹ്യം.

11

കാക്കയും തത്തകളും

ഒരു കർഷകന്റെ വീട്ടുമുറ്റത്തുള്ള മാവിൽ കുറേ തത്തകൾ താമസിച്ചിരുന്നു. ഒപ്പം ഒരു കാക്കയും.

നേരം പുലർന്നാൽ കാക്ക, വീട്ടുമുറ്റത്തു കിടക്കുന്ന ചോറും മറ്റും കൊത്തിത്തിന്നാൻ തുടങ്ങും. അപ്പോഴേക്കും തത്തകളു മെത്തും. കാക്കയോടൊപ്പം അവയും തീറ്റ തുടങ്ങും.

"സുന്ദരന്മാരായ നമുക്ക് തിന്നാൻ വേണ്ടിയാണ് കർഷകൻ ഇതെല്ലാം മുറ്റത്തേക്ക് ഇടുന്നത്. ഈ കറുമ്പൻ കാക്കയെ കണ്ടാൽ ആരും ഒന്നും കൊടുക്കില്ല!" തത്തകൾ പറയും. പക്ഷേ, കാക്ക അതു കേട്ടതായിപ്പോലും ഭാവിക്കില്ല.

അങ്ങനെയിരിക്കെ ഒരു ദിവസം കാക്ക ദൂരെ ഒരിടത്ത് ഒരു യാത്ര പോയി. തത്തകൾക്കു സന്തോഷമായി.

പിറ്റേന്ന് തത്തകൾ പതിവുപോലെ കർഷകന്റെ വീട്ടുമുറ്റത്ത് ആഹാരം തേടിയെത്തി. അപ്പോഴാണ് കർഷകന്റെ ഭാര്യ ഒരു പാത്രവുമായി പുറത്തേക്കു വന്നത്. അപ്പോൾ അകത്തുനിന്ന് കർഷകൻ വിളിച്ചു പറഞ്ഞു: "ബാക്കിയുള്ള ആഹാരസാധന ങ്ങളൊന്നും മുറ്റത്തിടണ്ട. നമ്മുടെ മുറ്റം വൃത്തിയാക്കിയിരുന്ന കാക്കയെ കാണുന്നില്ലല്ലോ. ആ തത്തകളാണെങ്കിൽ ഒരിക്കലും ഒന്നും മുഴുവൻ തിന്നില്ല. എപ്പോഴും കുറെ ബാക്കിയിടും."

കർഷകന്റെ ഭാര്യ വേഗം ഒരു കുഴിയുണ്ടാക്കി എച്ചിലും

മറ്റും അതിലിട്ടുമൂടി. അപ്പോഴാണ് തത്തകൾക്ക് കാക്കയുടെ മഹ ത്വം മനസ്സിലായത്. കാക്ക ഉള്ളതുകൊണ്ടാണ് ഇത്രനാളും തങ്ങൾക്കും ആഹാരം കിട്ടിയതെന്നും.

പാവം, തത്തകൾ! ഇനി ആ മാവിൽ താമസിക്കുന്നതു കൊണ്ട് കാര്യമില്ലെന്നു മനസ്സിലാക്കിയ അവ എങ്ങോട്ടോ പറ ന്നുപോയി.

12

ബുദ്ധനു വേണ്ടാത്ത വാക്കുകൾ

ഒരിക്കൽ ശ്രീബുദ്ധൻ ഗ്രാമങ്ങളിലൂടെ സഞ്ചരിക്കുകയായി രുന്നു. കൗസി എന്ന ഗ്രാമത്തിലെത്തിയപ്പോൾ ഒരുകൂട്ടം ആളു കൾ അദ്ദേഹത്തിന്റെ വഴി തടഞ്ഞു. ബുദ്ധനെയും അദ്ദേഹ ത്തിന്റെ തത്ത്വങ്ങളെയും എതിർക്കുന്ന കൂട്ടരായിരുന്നു അവർ. വളരെ മോശമായ ഭാഷയിൽ അവർ അദ്ദേഹത്തോട് പലതും പറഞ്ഞു. ബുദ്ധനാവട്ടെ, അതെല്ലാം ശാന്തനായി കേട്ടു നിന്നു.

അവർ പറഞ്ഞു നിർത്തിയപ്പോൾ ബുദ്ധൻ ചോദിച്ചു: "ഇ നിയും നിങ്ങൾക്ക് എന്തെങ്കിലും പറയാനുണ്ടോ? ഉണ്ടെങ്കിൽ വേഗം പറയൂ. കാരണം, എനിക്ക് ഇന്നുതന്നെ മറ്റൊരു ഗ്രാമ ത്തിൽ എത്തിച്ചേരേണ്ടതുണ്ട്. നിങ്ങൾക്ക് വളരെയധികം പറ യാനുണ്ടെങ്കിൽ ഞാൻ തിരിച്ച് ഇതേ വഴിയിലൂടെ വരാം. അപ്പോൾ നിങ്ങൾക്കു പറയാനുള്ളതെല്ലാം കേൾക്കാം!"

ബുദ്ധനെ അധിക്ഷേപിക്കാൻ എത്തിയവർ ശരിക്കും കുഴ ങ്ങിപ്പോയി. അവർ കോപത്തോടെ പറഞ്ഞു: "ഞങ്ങൾ നിങ്ങ ളോട് കുശലം പറയാനല്ല വന്നത്. നിങ്ങളെ അപമാനിക്കാനാ ണ്. നിങ്ങളെ നാണം കെടുത്തിയിട്ടേ ഞങ്ങൾ പോകൂ!"

ഇതുകേട്ട് ബുദ്ധൻ പുഞ്ചിരിച്ചു: "ഇന്നു രാവിലെ ഞാൻ മറ്റൊരു ഗ്രാമത്തിലൂടെ വരികയായിരുന്നു. അവിടെയുള്ളവർ എനിക്ക് ഒരു തളികയിൽ സ്വർണ്ണനാണയങ്ങൾ കാഴ്ച വച്ചു.

എന്നാൽ ഞാൻ നന്ദിപൂർവ്വം അതു വേണ്ടെന്നു പറഞ്ഞു. എന്നിട്ട് ഞാൻ അടുത്ത ഗ്രാമത്തിലെത്തി. അപ്പോൾ അവിടെയു ള്ളവർ എനിക്കു നൽകിയത് എന്താണെന്നോ? നല്ല മധുര പല ഹാരങ്ങൾ! മധുരം കഴിക്കാറില്ലെന്ന് ഞാൻ അവരോടു പറഞ്ഞു. അപ്പോൾ രണ്ടു ഗ്രാമക്കാരും ആ നാണയങ്ങളും മധുര പലഹാ രങ്ങളും എന്താണു ചെയ്തിട്ടുണ്ടാവുക?"

"അവർ നാണയങ്ങൾ വീട്ടിലേക്കു തിരിച്ചു കൊണ്ടുപോയി രിക്കും. പലഹാരങ്ങളാവട്ടെ, അവർ തന്നത്താൻ തിന്നിട്ടുണ്ടാ വും!" ഗ്രാമീണർ മറുപടി നൽകി.

അപ്പോൾ ബുദ്ധൻ ശാന്തനായി പറഞ്ഞു: "അതു തന്നെ യാണ് നിങ്ങൾക്കും ചെയ്യേണ്ടി വരിക. എന്നെ ശകാരിക്കാൻ നിങ്ങൾ കുറേ വാക്കുകളുമായി വന്നു. എന്നാൽ അവ ഒന്നും തന്നെ എനിക്ക് ആവശ്യമില്ല. അതുകൊണ്ട് ഞാൻ ആ വാക്കു കൾ സ്വീകരിക്കുന്നുമില്ല. അപ്പോൾപ്പിന്നെ നിങ്ങൾ എന്തുചെയ്യും? നിങ്ങളുടെ വാക്കുകൾ നിങ്ങൾ തിരികെ എടു ക്കും! അവയും എടുത്തുകൊണ്ട് നിങ്ങൾക്ക് സമാധാനത്തോടെ വീട്ടിൽ പോകാം!"

ശ്രീബുദ്ധൻ പറഞ്ഞതു കേട്ട് അവർ നാണിച്ചു തലകുനി ച്ചു.

13

വിഗ്രഹത്തിനു ശിക്ഷ!

ജപ്പാനിലെ ക്യോട്ടോ നഗരത്തിൽ മിക്കാഡോ എന്നൊരു ന്യായാധിപനുണ്ടായിരുന്നു. ഒരിക്കൽ ഒരു വ്യാപാരി മിക്കാഡോ യുടെ അടുത്തെത്തി.

"പ്രഭോ" വ്യാപാരി പറഞ്ഞു: "ഞാൻ അന്യദേശത്തെ ഒരു വ്യാപാരിയാണ്. ഒരു വണ്ടി നിറയെ വിശേഷപ്പെട്ട പഞ്ഞിയു മായി ക്യോട്ടോയിലേക്കു വരികയായിരുന്നു ഞാൻ. ഇന്നലെ രാത്രി, വഴിയരികിലെ ഒരു ബുദ്ധവിഗ്രഹത്തിനടുത്ത് ഞാൻ കിട ന്നുറങ്ങി. രാവിലെ ഉണർന്നപ്പോൾ പഞ്ഞിക്കെട്ടു കാണാനില്ല!"

മിക്കാഡോ അൽപ്പനേരം ആലോചിച്ചു. എന്നിട്ടു പറഞ്ഞു: "ഹും, ബുദ്ധവിഗ്രഹത്തിന് അരികിലല്ലേ കിടന്നുറങ്ങിയത്? അതു കൊണ്ട് ഈ മോഷണത്തിന്റെ സാക്ഷി ബുദ്ധവിഗ്രഹമാണ്. വരൂ, നമുക്ക് അവിടേക്കു പോകാം!"

വൈകാതെ മിക്കാഡോ വ്യാപാരിയോടൊപ്പം ബുദ്ധവിഗ്ര ഹത്തിന്റെ അരികിലെത്തി. "ഹും, ആരാണ് ഇദ്ദേഹത്തിന്റെ പഞ്ഞി മോഷ്ടിച്ചത്?" മിക്കാഡോ വിഗ്രഹത്തെ നോക്കി ചോദി ച്ചു. വിഗ്രഹം ഒന്നും പറഞ്ഞില്ല.

ന്യായാധിപൻ പലവട്ടം ചോദ്യം ആവർത്തിച്ചു. എന്നിട്ടും കാര്യമുണ്ടായില്ല. ദേഷ്യംവന്ന അദ്ദേഹം ഒടുവിൽ ഇങ്ങനെ പറ ഞ്ഞു:

"ഹും, നിനക്ക് നാളെ രാവിലെ വരെ സമയം തരുന്നു. അതി നകം ഉത്തരം പറഞ്ഞില്ലെങ്കിൽ ശിക്ഷയായി ചാട്ടവാറുകൊണ്ട് നൂറടി നാം കൽപ്പിക്കുന്നു!"

വിചിത്രമായ ഈ ശിക്ഷാവിധി കേട്ട് ആളുകൾ അമ്പരന്നു. തങ്ങൾ ആരാധിക്കുന്ന ബുദ്ധവിഗ്രഹത്തെ ശിക്ഷിക്കുകയോ? അവർക്കത് ആലോചിക്കാൻപോലും കഴിഞ്ഞില്ല. ഉടൻതന്നെ ആളുകൾ ന്യായാധിപന്റെ അരികിലെത്തി ബുദ്ധവിഗ്രഹത്തെ ശിക്ഷിക്കരുതെന്ന് അപേക്ഷിച്ചു.

മിക്കാഡോ ആദ്യം സമ്മതിച്ചില്ല. എങ്കിലും ഒടുവിൽ അദ്ദേഹം പറഞ്ഞു: "ഞാ, നിങ്ങൾക്ക് അത്ര നിർബ്ബന്ധമാണെ ങ്കിൽ വിഗ്രഹത്തെ ശിക്ഷിക്കുന്നില്ല. പക്ഷേ, പഞ്ഞി നഷ്ടപ്പെട്ട വ്യാപാരിക്ക് നീതി ലഭിക്കണമല്ലോ. അതുകൊണ്ട് നിങ്ങളെല്ലാ വരും അൽപ്പം പഞ്ഞി വീതം നാളെ കൊണ്ടുവരണം. അതെല്ലാം ഒന്നിച്ചു ചേർത്തുകൊടുത്ത് വ്യാപാരിയെ ഞാൻ സമാധാനിപ്പി ക്കാം."

ആളുകൾ സമ്മതിച്ചു. അടുത്ത ദിവസം എല്ലാവരും അവർക്കു കഴിയുന്നത്ര പഞ്ഞി കൊണ്ടുവന്നു. അതെല്ലാം പരി ശോധിക്കാൻ മിക്കാഡോ വ്യാപാരിയോടു പറഞ്ഞു.

ആ പഞ്ഞിക്കെട്ടുകൾക്കിടയിൽ തന്റെ വിശേഷപ്പെട്ട പഞ്ഞി വ്യാപാരി കണ്ടെത്തി. ന്യായാധിപൻ കൈയോടെ അതുകൊണ്ടു വന്നയാളെ പിടികൂടുകയും ചെയ്തു. കുറ്റം സമ്മതിച്ച അയാൾ താൻ തലേന്നു മോഷ്ടിച്ച പഞ്ഞിയെല്ലാം വ്യാപാരിക്കു തിരികെ നൽകി. വിഗ്രഹത്തെ ശിക്ഷിക്കുന്നതായി ഭാവിച്ച് കള്ളനെ പിടിച്ച മിക്കാഡോയെ ആളുകൾ പ്രശംസിച്ചു.

14

അഹിംസയുടെ അർത്ഥം

ശ്രീബുദ്ധന്റെ കാലത്ത് ലിച്ഛവിയിൽ മഹാനാമൻ എന്ന ഒരു വ്യാപാരിയുണ്ടായിരുന്നു. ഒരിക്കലും ഒരു മനുഷ്യനെയോ ജീവിയെയോ ഉപദ്രവിക്കില്ല എന്ന് അയാൾ പ്രതിജ്ഞയെടുത്തിരുന്നു.

എന്നാൽ, അഹിംസാ വ്രതമൊക്കെ ഉണ്ടെങ്കിലും മഹാനാമൻ ശരിക്കും മഹാദുഷ്ടനായിരുന്നു. മറ്റു വ്യാപാരികൾ കൂടുതൽ കച്ചവടം ചെയ്യുന്നതോ ധനമുണ്ടാക്കുന്നതോ അയാൾക്ക് ഇഷ്ടമല്ല. ഒന്നുമറിയാത്തവനെപ്പോലെ അയാൾ സ്വന്തം ആളുകളെ വിട്ട് ചതിയിലൂടെ അവരുടെ കച്ചവടം ഇല്ലാതാക്കാൻ ശ്രമിക്കും. അതുപോലെ മല്ലന്മാരെ വിട്ട് അവരുടെ സ്ഥാപനങ്ങൾ തകർക്കുകയും ചെയ്യും!

പൊറുതി മുട്ടിയ വ്യാപാരികൾ നിവൃത്തിയില്ലാതെ അയാളുടെ അടുത്തുചെന്ന് തങ്ങളെ ഉപദ്രവിക്കരുതെന്ന് അപേക്ഷിച്ചു നോക്കി. അപ്പോൾ മഹാനാമൻ ചിരിച്ചുകൊണ്ട് പറഞ്ഞു: "ഹേയ്, നോക്കൂ, ഒരു ഉറുമ്പിനെപ്പോലും നോവിക്കാത്ത ഒരാളാണ് ഞാൻ. എന്റെ കൈകൊണ്ട് ഞാൻ ആർക്കും ഒരു ഉപദ്രവവും ചെയ്യാറില്ല!"

അങ്ങനെയിരിക്കെ ബുദ്ധഭഗവാൻ ലിച്ഛവിയിലെത്തി. ആയിരക്കണക്കിനു പേർ അദ്ദേഹത്തെ കാണാനും ഉപദേശം കേൾക്കാ

നുമായി ഓടിയെത്തി. കൂടെ മഹാനാമനും. ശ്രീബുദ്ധന്റെ അരി കിലെത്തിയ അയാൾ അദ്ദേഹത്തെ വന്ദിച്ചുകൊണ്ടു പറഞ്ഞു: "പ്രഭോ, ഒരിക്കലും ഒരു ജീവിയേയും എന്റെ കൈകൊണ്ടു ഞാൻ വേദനിപ്പിക്കാറില്ല! എന്നെ അനുഗ്രഹിച്ചാലും!"

എന്നാൽ ശ്രീബുദ്ധൻ ദിവ്യദൃഷ്ടിയിലൂടെ എല്ലാം മനസ്സി ലാക്കി കഴിഞ്ഞിരുന്നു. അദ്ദേഹം പുഞ്ചിരിയോടെ പറഞ്ഞു: "മ ഹാനാമാ, നീ ഒന്നിനേയും വേദനിപ്പിക്കാത്തതു നല്ലതുതന്നെ. എന്നാൽ ദേഹം കൊണ്ടല്ല, മനസ്സുകൊണ്ടാണ് നീ മറ്റുള്ളവരെ ഉപദ്രവിക്കുന്നത് എന്നു മാത്രം. കാരണം, നിന്റെ മനസ്സു നിറയെ ദുഷ്ട ചിന്തകളാണുള്ളത്. അഹിംസ എന്നാൽ ദേഹോപദ്രവം ഏല്പിക്കാതിരിക്കൽ മാത്രമല്ല, നല്ല മനസ്സുണ്ടായിരിക്കുക കൂടി യാണ്! അതില്ലാത്ത നീ ഹിംസ ചെയ്യുന്നവരേക്കാൾ എത്രയോ താഴ്ന്നവനാണ്!"

ശ്രീബുദ്ധന്റെ വാക്കുകൾ മഹാനാമന്റെ കണ്ണു തുറപ്പിച്ചു. ദുഷ്ടതയെല്ലാം കളഞ്ഞ് അയാൾ യഥാർത്ഥ ബുദ്ധശിഷ്യനായി മാറി.

15

ഉപകാരമില്ലാത്ത ജീവിതം

ചൈനയിൽ ലാവോത്സു എന്ന ഒരു തത്ത്വചിന്തകനുണ്ടാ
യിരുന്നു. ഒരിക്കൽ ഒരു ശിഷ്യൻ ലാവോത്സുവിനോടു ചോദി
ച്ചു: "ഗുരോ, ഇവിടെയടുത്ത് ഒരു പ്രഭു താമസിക്കുന്നുണ്ട്.
അറുത്ത കൈയ്ക്ക് ഉപ്പു തേയ്ക്കാത്ത മഹാദുഷ്ടനാണ് അയാൾ.
എന്നാൽ വർഷങ്ങളായി എത്രയോ ക്രൂരതകൾ കാണിച്ചിട്ടും
അയാൾക്ക് ഒരു കുഴപ്പവുമില്ല. എന്തുകൊണ്ടാണ് ദൈവം
അയാളെ ശിക്ഷിക്കാത്തത്?"

ഉത്തരം പറയുന്നതിനുപകരം ലാവോത്സു ഇങ്ങനെ ചോദി
ച്ചു: "അയാളെ ആർക്കെങ്കിലും ഇഷ്ടമുണ്ടോ?" "ഇല്ല" ശിഷ്യൻ
പറഞ്ഞു: "സ്വന്തം വളർത്തുപട്ടിപോലും പ്രഭുവിനെ ഉപേക്ഷിച്ചു
പോയി."

"എങ്കിൽ എല്ലാവരുടേയും വെറുപ്പും പകയുമേറ്റ് ജീവിക്കു
ന്നതു തന്നെയാണ് അയാൾ അനുഭവിക്കുന്ന ശിക്ഷ!" ഗുരു പറ
ഞ്ഞു.

എന്നാൽ ശിഷ്യന് ഇതത്ര ശരിയായി തോന്നിയില്ല. അതു
മനസ്സിലാക്കിയ ലാവോത്സു ശിഷ്യന്മാരുമൊത്ത് ഒരു കുന്നിൻമു
കളിലേക്കു നടന്നു. അവിടെ വലിയ ഒരു മരം നിന്നിരുന്നു.
അതിനു ചുറ്റുമുള്ള മരങ്ങളാകട്ടെ, ജോലിക്കാർ അറുത്തു മാറ്റി
യിരുന്നു.

ലാവോത്സു മരം മുറിക്കുന്ന ഒരാളുടെ അടുത്തു ചെന്നു. എന്നിട്ടു ചോദിച്ചു: "സഹോദരാ, വലിയ ഈ മരം എന്താണ് മുറിച്ചു മാറ്റാത്തത്?"

"യാതൊരു ഉപകാരവുമില്ലാത്ത മരമാണ് അങ്ങുന്നേ അത്!" മരംവെട്ടുകാരൻ പറഞ്ഞു: "ഇത്ര വലിപ്പമുണ്ടായിട്ടെന്താ, വള ഞ്ഞുപിരിഞ്ഞ അതിന്റെ തടിയും കൊമ്പുകളും കണ്ടില്ലേ? യാതൊരു വസ്തുക്കളും അതുകൊണ്ട് ഉണ്ടാക്കാനാവില്ല. ഇനി വിറകിന് ഉപയോഗിക്കാമെന്നു വച്ചാലോ, കത്തുമ്പോഴേ അതിൽനിന്ന് ശ്വാസം മുട്ടിക്കുന്ന കടുത്ത പുക വരാൻ തുടങ്ങും! കണ്ടില്ലേ, പക്ഷികൾ പോലും ആ ദുഷ്ടമരത്തിൽ ഇരിക്കാറി ല്ല!"

തിരികെ നടക്കുമ്പോൾ ലാവോത്സു പുഞ്ചിരിയോടെ പറ ഞ്ഞു: "ആ മരത്തിന്റെ കാര്യംപോലെ തന്നെയാണ് മനുഷ്യനും. ഉപകാരമില്ലാത്ത അവൻ എല്ലാവരുടേയും വെറുപ്പ് സമ്പാദിച്ച് വർഷങ്ങളോളം ജീവിക്കും. പക്ഷേ സ്നേഹവും സന്തോഷവു മില്ലാത്ത ആ ജീവിതം എത്ര നിഷ്ഫലമാണ്!"

ശിഷ്യന്മാർ അത് തലകുലുക്കി സമ്മതിച്ചു.

16

കള്ളന്റെ കീഴടങ്ങൽ

പണ്ടുപണ്ട് ജപ്പാനിലൊരിടത്ത് നാകോഷി എന്നൊരു പെരു കള്ളനുണ്ടായിരുന്നു. മോഷണവിദ്യയിൽ അയാളെ വെല്ലാൻ മറ്റെ വിടെങ്കിലും ആരെങ്കിലുമുണ്ടായിരുന്നോ എന്നു സംശയമാണ്. എത്ര അടച്ചുറപ്പുള്ള മണിമാളികയ്ക്കകത്തും നാകോഷി കയറും. വിലപിടിപ്പുള്ള വസ്തുക്കൾ ഏതു നിലവറക്കുണ്ടിൽ ഒളിപ്പിച്ചു വച്ചാലും അയാൾ അതു കണ്ടുപിടിച്ച് സ്വന്തമാക്കും.

നാകോഷിയെ പേടിച്ച് പണക്കാർക്കൊന്നും ജീവിക്കാൻ വയ്യ എന്ന സ്ഥിതിയായി. പണവും ആഭരണങ്ങളുമൊക്കെ എത്ര സുര ക്ഷിതമായി സൂക്ഷിച്ചാലും അതൊക്കെ കളവുപോവുകയയല്ലേ? താമസിയാതെ നാട്ടുകാർ ചേർന്ന് രാജാവിനോടു പരാതി പറ ഞ്ഞു. പക്ഷേ രാജാവിന് എന്തു ചെയ്യാനാവും? കൊട്ടാരത്തിൽ നിന്നുതന്നെ പലവട്ടം മോഷണം നടത്തിയിട്ടുള്ള ആളാണ് നാകോഷി. പലപ്പോഴും അയാളുടെ സഹായികളിൽ ചിലരെ പിടി കൂടി കഠിനമായി ശിക്ഷിച്ചിട്ടുമുണ്ട്. പക്ഷേ നാകോഷിയെ മാത്രം പിടിക്കാനായിട്ടില്ല.

നാകോഷിയെ പിടികൂടാൻ സഹായിക്കുന്നവർക്ക് പതിനാ യിരം സ്വർണനാണയം സമ്മാനം നൽകുമെന്ന് രാജാവ് ഒരു വിളംബരം പുറപ്പെടുവിച്ചു. എന്നിട്ടും ആ പെരുങ്കള്ളനെക്കുറിച്ച് യാതൊരു വിവരവുമില്ല. അയാൾ ആർക്കും പിടികൊടുക്കാതെ

തന്റെ മോഷണവിദ്യ പതിവുപോലെ തുടർന്നു പോന്നു.

അക്കാലത്ത് അവിടെ തസാക്കി എന്നൊരു ബുദ്ധസന്ന്യാ സിയുണ്ടായിരുന്നു. മഹാപണ്ഡിതനായ അദ്ദേഹം അടച്ചുറപ്പി ല്ലാത്ത ഒരു കൊച്ചു ദേവാലയത്തിലായിരുന്നു താമസിച്ചിരുന്ന ത്. അവിടെ ബുദ്ധന്റെ ഒരു സ്വർണ്ണപ്രതിമയുണ്ട്.

ഒരുദിവസം രാത്രി നാകോഷി ശബ്ദമുണ്ടാക്കാതെ തസാക്കി താമസിച്ചിരുന്ന ദേവാലയത്തിനകത്ത് കടന്നു. സ്വർണ്ണപ്രതിമ യുമെടുത്ത് അയാൾ പുറത്തേക്കു നീങ്ങി.

ഇതെല്ലാം കണ്ട് ഉറക്കം നടിച്ച് കിടക്കുകയായിരുന്നു തസാ ക്കി. അദ്ദേഹം വേഗം എഴുന്നേറ്റ് നാകോഷിയെ വിളിച്ചു: "ച ങ്ങാതീ, ആ പ്രതിമ മാത്രമായി കൊണ്ടുപോകല്ലേ! ഇതാ ഈ പീഠം കൂടെ കൊണ്ടുപോകൂ. കാരണം ശ്രീബുദ്ധൻ പീഠത്തിലേ ഇരിക്കാറുള്ളൂ!"

എന്നിട്ട് തസാക്കി ബുദ്ധപ്രതിമ വച്ചിരുന്ന സ്വർണ്ണംകൊണ്ടുള്ള പീഠമെടുത്ത് നാകോഷിയുടെ നേരെ നീട്ടി. നാകോഷി ഇതൊട്ടും പ്രതീക്ഷിച്ചിരുന്നില്ല. അപ്പോൾ തസാക്കി വീണ്ടും പറഞ്ഞു: "പേടിക്കേണ്ട, ഈ പ്രതിമയും പീഠവും ഞാൻ നിങ്ങൾക്കു തരുന്ന സമ്മാനമാണ്. അതുകൊണ്ട് ആരും നിങ്ങളെ പിടികൂടുകയോ ശിക്ഷിക്കുകയോ ചെയ്യില്ല. പിന്നെ ഈ ദേവാലയത്തിലുള്ള മറ്റെന്തെങ്കിലും വേണമെങ്കിൽ പറഞ്ഞുകൊ ള്ളൂ, ഞാനതു നിങ്ങൾക്കു സമ്മാനിക്കാം!"

മോഷ്ടിച്ചിട്ടും തന്നോടു കരുണ കാണിച്ച തസാക്കിയുടെ പെരുമാറ്റം നാകോഷിയെ അമ്പരപ്പിച്ചു. അയാൾ ബുദ്ധപ്രതിമ തസാക്കിയുടെ കാൽക്കൽ വച്ച് താൻ ചെയ്ത അപരാധത്തിന് മാപ്പു ചോദിച്ചു. തസാക്കി പുഞ്ചിരിച്ചുകൊണ്ട് നാകോഷിയെ ആലിംഗനം ചെയ്തു. അപ്പോൾ മുതൽ നാകോഷി മോഷണം നിറുത്തി തസാക്കിയുടെ ശിഷ്യനായി മാറി നല്ല കാര്യങ്ങൾ ചെയ്തു കഴിയുകയും ചെയ്തു.

17
ജീവന്റെ വില

അടുത്ത രാജ്യങ്ങളായിരുന്നു വിദേഹവും മേഘപുരവും. വിദേഹത്തുനിന്നും മേഘപുരത്തേക്ക് ഒരു നദി ഒഴുകുന്നുണ്ട്. രണ്ടു രാജ്യങ്ങളിലേയും ജനങ്ങൾ കുളിക്കാനും കൃഷിചെയ്യാനുമൊക്കെ ഈ നദിയിലെ വെള്ളമാണ് ഉപയോഗിച്ചിരുന്നത്.

ഒരിക്കൽ വിദേഹത്തെ രാജാവ് വിചാരിച്ചു: "ഞാനെന്തി നാണ് വെള്ളം മേഘപുരത്തിനു കൊടുക്കുന്നത്? അതു കുറേ തടഞ്ഞു നിർത്തിയാൽ എന്റെ രാജ്യത്തെ കൃഷി കൂടുതൽ നന്നാ ക്കാൻ കഴിയും."

അതുകൊണ്ട് അദ്ദേഹം കല്ലും മണ്ണുംകൊണ്ട് നദിയിൽ ഒരു അണകെട്ടി.

ഇതറിഞ്ഞപ്പോൾ മേഘപുരത്തെ രാജാവിനു ദേഷ്യം വന്നു. അദ്ദേഹം വലിയൊരു സൈന്യത്തേയുംകൊണ്ട് വിദേഹത്തേക്ക് തിരിച്ചു. ഇതുകണ്ട് വിദേഹ രാജാവും സൈന്യവും അവരെ നേരിടാൻ ചെന്നു.

അപ്പോഴാണ് ശ്രീബുദ്ധൻ ആ വഴി വന്നത്. അദ്ദേഹം രാജാ ക്കന്മാരെ അടുത്തു വിളിച്ചു ചോദിച്ചു: "നിങ്ങളുടെ നാടിന് അണ കെട്ടുകൊണ്ട് പ്രയോജനമുണ്ടെന്ന് മനസ്സിലായി. അല്ലാതെ ഈ അണക്കെട്ടുകൊണ്ട് മറ്റെന്തെങ്കിലും ഗുണമുണ്ടോ?"

"ഇല്ല" വിദേഹത്തെ രാജാവു പറഞ്ഞു.

"ഗുണമില്ലെന്നു മാത്രമല്ല, ദോഷമുണ്ടുതാനും" ശ്രീബുദ്ധൻ ഓർമ്മിപ്പിച്ചു: "അണക്കെട്ടു മൂലമാണല്ലോ ഇപ്പോൾ നിങ്ങൾ യുദ്ധ ത്തിനു പുറപ്പെട്ടിരിക്കുന്നത്. യുദ്ധം ചെയ്താൽ രണ്ടു പക്ഷ ത്തേയും അനേകമാളുകൾ മരിക്കും എന്നുറപ്പല്ലേ?"

"അതേ" രാജാക്കന്മാർ തലയാട്ടി.

"വിലപ്പെട്ട മനുഷ്യ ജീവനാണോ കല്ലുകൊണ്ടുള്ള അണ ക്കെട്ടാണോ നിങ്ങൾക്കു വലുത്?" ബുദ്ധൻ അവരെ നോക്കി ചോദിച്ചു.

അണകെട്ടിയതു തെറ്റായെന്ന് വിദേഹരാജാവിനു മനസ്സിലാ യി. കാര്യം പറഞ്ഞ് ബോദ്ധ്യപ്പെടുത്തുന്നതിനു പകരം യുദ്ധം ചെയ്യാൻ ഒരുങ്ങിയത് തെറ്റായെന്ന് മേഘപുരത്തെ രാജാവിനും തോന്നി. വൈകാതെ അവർ ഒരുമിച്ച് ചെന്ന് നദിയിലെ അണ ക്കെട്ട് പൊളിച്ചു മാറ്റി.

18

മൂന്നു ചങ്ങാതിമാർ

ചൈനയിൽ പണ്ട് ഒരു ദേവാലയമുണ്ടായിരുന്നു. ഷിൻ ഹോ എന്ന മഹാജ്ഞാനിയായ ഒരു ബുദ്ധസന്യാസി സ്ഥാപി ച്ചതായിരുന്നു അത്. ദേവാലയത്തിന്റെ അകത്തുചെന്നു പ്രാർഥി ച്ചാൽ ധാരാളം സമ്പത്തും പ്രശസ്തിയുമെല്ലാം ഉണ്ടാകുമെന്നാ യിരുന്നു വിശ്വാസം. പക്ഷേ, ഒരു കുഴപ്പം മാത്രം: ദേവാലയ ത്തിന്റെ വാതിൽ എപ്പോഴും അടച്ചിട്ടിരിക്കുകയാവും!

വാതിലിന്റെ അരികിലുള്ള ഭിത്തിയിൽ ഷിൻ ഹോ ഒരു കട ങ്കഥ കൊത്തിവച്ചിട്ടുണ്ട്. അതിന്റെ ഉത്തരം ശരിയായി പറയുന്ന വർക്കു മുന്നിൽ മാത്രമേ വാതിൽ തുറക്കൂ. അതായിരുന്നു ഐതി ഹ്യം.

അവിടെത്തന്നെ മറ്റൊരിടത്ത് ലിവോ എന്നുപേരുള്ള ഒരു ധനികനുണ്ടായിരുന്നു. എത്ര ധനം കിട്ടിയാലും മതിയാകാത്ത യാളായിരുന്നു ലിവോ. ഷിൻ ഹോയുടെ ദേവാലയത്തിൽ പോയി പ്രാർത്ഥിച്ചാൽ തനിക്ക് പണവും പ്രശസ്തിയും ഉണ്ടാകുമെന്ന് അയാൾക്കു തോന്നി.

വൈകാതെ ലിവോ അവിടെ എത്തിച്ചേർന്നു. എന്നിട്ട് ഭിത്തി യിൽ കൊത്തിവച്ചിരുന്ന കടങ്കഥ വായിക്കാൻ തുടങ്ങി. ഇതായി രുന്നു അവിടെ എഴുതിവച്ചിരുന്നത്:

"എനിക്ക് മൂന്നു സുഹൃത്തുക്കളുണ്ടായിരുന്നു. ആദ്യത്തെ

ചങ്ങാതിയെ ഞാൻ വളരെയധികം സ്നേഹിച്ചു. പക്ഷേ, ഞാൻ പുറത്തുപോകുമ്പോൾ അയാൾ എന്റെ കൂടെ വന്നതേയില്ല. രണ്ടാ മത്തെ ചങ്ങാതിയേയും എനിക്കിഷ്ടമായിരുന്നു. അയാൾ എന്റെ കൂടെ വന്നെങ്കിലും പക്ഷേ, വഴിയിൽ എന്നെ ഉപേക്ഷിച്ചു. മൂന്നാ മത്തെ സുഹൃത്തിനെ ഞാൻ അത്ര കാര്യമാക്കിയിരുന്നില്ല. എന്നാൽ അയാളാണ് എന്റെ മഹത്വത്തെക്കുറിച്ച് ഇപ്പോഴും എല്ലാ വരോടും പറയുന്നത്! ആരാണ് ഈ മൂന്നു ചങ്ങാതിമാർ?"

ധനികന് ഒന്നും മനസ്സിലായില്ല. വീണ്ടും വീണ്ടും അയാൾ അതു വായിച്ചു നോക്കി. എന്നിട്ടും ഉത്തരമൊന്നും കിട്ടിയില്ല. അങ്ങനെ നിരാശനായി ലിവോ തിരികെ പോന്നു.

വീട്ടിലെത്തിയിട്ടും ദേവാലയത്തിൽ കയറാൻ കഴിയാത്ത തിന്റെ ദുഃഖമായിരുന്നു ധനികന്റെ മനസ്സിൽ നിറയെ. യാതൊന്നും കഴിക്കുകപോലും ചെയ്യാതെ കടങ്കഥയെക്കുറിച്ചു തന്നെ ആലോചിച്ച് ലിവോ രാത്രി മുഴുവൻ കഴിച്ചുകൂട്ടി. ഇടയ്ക്ക് ഒന്നു മയങ്ങിയപ്പോൾ ഷിൻ ഹോ സ്വപ്നത്തിൽ വന്ന് തന്നോട് ഇങ്ങനെ പറയുന്നതായി അയാൾക്കു തോന്നി:

"നമ്മുടെ പണവും സ്വത്തുമാണ് ആദ്യത്തെ ചങ്ങാതി. പക്ഷേ, ഈ ലോകം വിട്ടുപോകുമ്പോൾ അതു നമ്മെ സഹായി ക്കുകയോ കൂടെ വരികയോ ചെയ്യില്ല. നമ്മുടെ ബന്ധുക്കളും സുഹൃത്തുക്കളുമാണ് കടംകഥയിലെ രണ്ടാമത്തെ ചങ്ങാതി. അവരും നമ്മെ വിട്ടുപോകും. നാം ചെയ്യുന്ന നല്ല കാര്യങ്ങളാണ് മൂന്നാമത്തെ സുഹൃത്ത്. നാം മരിച്ചു കഴിഞ്ഞാലും ആ പുണ്യ പ്രവൃത്തികൾ നമ്മുടെ യശസ്സ് നിലനിർത്തും. ഏറ്റവും നല്ല ചങ്ങാതിയും ആ സൽപ്രവൃത്തികൾ തന്നെ!"

ഉണർന്നെഴുന്നേറ്റ ലിവോ ആകെ മാറിയിരുന്നു. ധനമോ ബന്ധുക്കളോ അല്ല ഒരാളുടെ യശസ്സുയർത്തുന്നത് എന്ന യാൾക്കു മനസ്സിലായി. ഇനിയുള്ള കാലം പുണ്യപ്രവൃത്തികൾ ചെയ്തു ജീവിക്കുമെന്നും ലിവോ പ്രതിജ്ഞയെടുത്തു.

19

ശത്രുവും മിത്രവും

ചിന്നുക്കുരുവിക്ക് നാലു കുഞ്ഞുങ്ങളുണ്ട്. കാട്ടിൽ വലിയ ഒരു മരത്തിലുള്ള കൂട്ടിലാണ് അവർ കഴിയുന്നത്.

ഒരിക്കൽ കാട്ടിൽ കൊടുങ്കാറ്റും പേമാരിയും വന്നു. കാറ്റിൽപ്പെട്ട് മരങ്ങൾ കടപുഴകി വീണു. മിക്ക മൃഗങ്ങൾക്കും പക്ഷികൾക്കും കൂടും വീടുമൊക്കെ നഷ്ടമായി. കാറ്റും മഴയു മാവട്ടെ, പിന്നെയും തുടർന്നു.

ചിന്നുക്കുരുവിയുടെ മരവും കടപുഴകി വീണു. എങ്കിലും അവൾക്കും കുഞ്ഞുങ്ങൾക്കും പരിക്കൊന്നും പറ്റിയില്ല. ചിന്നു, കുഞ്ഞുങ്ങളേയുംകൊണ്ട് അന്നുതന്നെ യാത്രയായി.

അടുത്തദിവസം അവർ മറ്റൊരു കാട്ടിലെത്തി. അവിടെ മഴയും കാറ്റുമൊന്നും ഇല്ലായിരുന്നു. പക്ഷേ, കാട്ടിൽ എവിടെ യാണ് ഒരു കൂടുകൂട്ടുക? ചിന്നു ആലോചിച്ചു.

കുറച്ചു സമയത്തെ അലച്ചിലിനുശേഷം അവൾ അവിടെ കണ്ട ഒരു മരത്തിന്റെ പോടിൽ കയറി താമസം തുടങ്ങി.

മകരൻ എന്ന പാമ്പിന്റെ കൂടായിരുന്നു അത്. കുറേ കഴി ഞ്ഞപ്പോൾ മകരൻ അവിടെയെത്തി. അതുകണ്ട് ചിന്നു പേടിച്ചു വിറച്ചു. അപ്പോൾ മകരൻ പറഞ്ഞു: "പേടിക്കേണ്ട, ഞാൻ നിങ്ങളെ ഒന്നും ചെയ്യില്ല. പോടിന്റെ ഒരു മൂലയിൽ ഞാൻ കഴി ഞ്ഞുകൊള്ളാം."

ചിന്നുവിന് സമാധാനമായി. അടുത്ത മരങ്ങളിലെ മറ്റു പക്ഷി കൾ അവളെ പേടിപ്പിച്ചു. അവൾ പുറത്തു പോകുമ്പോൾ മക രൻ കുഞ്ഞുങ്ങളെ പിടിച്ചു തിന്നുമെന്ന് അവർ തീർത്തു പറ ഞ്ഞു. അതുകൊണ്ട് പക്ഷിരാജാവിന്റെ വർഗ്ഗക്കാരനായ ഖഗൻ എന്ന പരുന്തിനെ കൂട്ടുപിടിക്കാനും ഉപദേശിച്ചു.

ചിന്നു, ഖഗനെ കൂട്ടുപിടിച്ചു. ചിന്നു പുറത്തു പോകുമ്പോൾ കുഞ്ഞുങ്ങളെ സൂക്ഷിക്കാമെന്ന് ഖഗൻ അവളോടു പറഞ്ഞു.

ഒരുദിവസം, ചിന്നു പുറത്തുപോയ തക്കം നോക്കി, ഖഗൻ കുഞ്ഞുങ്ങളെ തിന്നാൻ ഒരുങ്ങി. എന്നാൽ ഭാഗ്യം, ആ സമയം കൂട്ടിലെത്തിയ മകരൻ ഇതു കണ്ടു. അവൻ ഉടനെ ഖഗനെ പിടി കൂടി ചുറ്റിവരിഞ്ഞ് അനങ്ങാൻ പോലും പറ്റാത്ത നിലയിലാക്കി.

വൈകാതെ ചിന്നു കൂട്ടിൽ തിരിച്ചെത്തി. അവിടത്തെ കാഴ്ച കണ്ട് അവൾ അമ്പരന്നു പോയി. മറ്റുള്ളവർ പറയുന്നതു കേട്ട ല്ല, ശത്രു ആരാണെന്നും മിത്രമാരാണെന്നും നിശ്ചയിക്കേണ്ട തെന്ന് അവൾക്കു മനസ്സിലായി. മകരനെ സംശയിച്ചതിന് അവൾ അവനോടു മാപ്പു പറഞ്ഞു. ചതിയനായ ഖഗനെ മകരൻ ഒന്നും ചെയ്യാതെ വിട്ടയച്ചു. എന്നാൽ അത് ഇനി ഇത്തരം ചതിപ്പണി കൾ ചെയ്യില്ല എന്നു പ്രതിജ്ഞ ചെയ്തിട്ടായിരുന്നു എന്നു മാത്രം!

20

വന്മരത്തിന്റെ ചങ്ങാത്തം

കേകയത്തിലെ രാജകുമാരനായിരുന്നു മേഘവർണ്ണൻ. എല്ലാവരുമൊത്തു കൂട്ടുകൂടി നടക്കാൻ അവന് ഇഷ്ടമായിരുന്നു. അവർ ആവശ്യപ്പെടുന്നതൊക്കെ നല്കാനും മേഘവർണ്ണന് മടി യുണ്ടായിരുന്നില്ല.

കൊട്ടാരത്തിലെ രാജഗുരുവായ സനാതനന് ഇതത്ര ഇഷ്ട പ്പെട്ടില്ല. അടുത്ത രാജാവാകേണ്ടയാളല്ലേ മേഘവർണ്ണൻ? ഓരോ രുത്തരിലേയും നന്മയും തിന്മയും ശരിയായി തിരിച്ചറിയുന്ന യാൾക്കേ നന്നായി രാജ്യം ഭരിക്കാനാവൂ. പക്ഷേ പറഞ്ഞിട്ടെന്തു കാര്യം? ഗുരുവിന്റെ ഉപദേശങ്ങൾ മേഘൻ വകവെച്ചതേയില്ല.

ഇടയ്ക്കിടെ രാജഗുരു കുമാരനേയും കൂട്ടി വിശാലമായ തോട്ട ത്തിൽ നടക്കുക പതിവായിരുന്നു. ഒരുദിവസം അദ്ദേഹം ഒരു വള്ളിച്ചെടി വളരുന്നതു കണ്ടു. വലിയ ഒരു മരത്തിലേക്കു പടർന്നു കയറുകയായിരുന്നു അത്.

ആ വള്ളിച്ചെടിയെ ചൂണ്ടിക്കാണിച്ച് രാജഗുരു പറഞ്ഞു: " കുമാരാ, വള്ളിച്ചെടിക്ക് പടർന്നുകയറാൻ സ്വന്തം ദേഹം നല്കുന്ന വന്മരത്തെ കണ്ടില്ലേ? പക്ഷേ, കുറച്ചുകാലം കഴി ഞ്ഞാൽ ആ മരം തന്റെ പ്രവൃത്തിയിൽ ദുഃഖിക്കും!"

"അതെങ്ങനെ!" രാജകുമാരൻ ചോദിച്ചു.

"അത്ര ചീത്തയായ ചെടിയാണത്. ഏതായാലും നമുക്കു

കാത്തിരുന്നു കാണാം" രാജഗുരു പറഞ്ഞു.

വർഷങ്ങൾ കടന്നുപോയി. മേഘവർണ്ണൻ യുവരാജാവായി. വള്ളിച്ചെടിയുടെ കാര്യമെല്ലാം അവൻ മറന്നുകഴിഞ്ഞു. ഒരു ദിവസം യുവരാജാവിനേയുംകൊണ്ട് രാജഗുരു തോട്ടത്തിലെത്തി. പല കാര്യങ്ങളും സംസാരിച്ചുകൊണ്ട് നടക്കുന്നതിനിടയിൽ അവർ ആ വന്മരത്തിന്റെ അരികിലെത്തി. അപ്പോഴാണ് മേഘ വർണ്ണൻ അതു ശ്രദ്ധിച്ചത്.

ആ വള്ളിച്ചെടി പടുകൂറ്റനായി വളർന്നിരിക്കുന്നു. വന്മര ത്തിന്റെ തായ്ത്തടിയിലും ചില്ലകളിലുമെല്ലാം വരിഞ്ഞു മുറുക്കി യാണ് അതിന്റെ നിൽപ്പ്. വന്മരമാകട്ടെ, ഉണങ്ങി ദ്രവിച്ച് ഏതാണ്ട് നശിച്ചുപോകുന്ന നിലയിലായിട്ടുണ്ട്.

"മേഘവർണ്ണാ" രാജഗുരു പുഞ്ചിരിയോടെ പറഞ്ഞു: "മനു ഷ്യരുടെ കാര്യവും ഇതുപോലെ തന്നെയാണ്. ചങ്ങാതിമാർ നല്ല തല്ലെങ്കിൽ അവർ നമ്മെ ചുറ്റിവരിഞ്ഞ് നശിപ്പിച്ചു കളയും!"

യുവരാജാവിന് കാര്യം മനസ്സിലായി. യഥാർത്ഥ സുഹൃത്തു ക്കളെ മാത്രമേ ഇനി കൂടെ കൊണ്ടു നടക്കൂ എന്ന് മേഘവർണ്ണൻ തീരുമാനിച്ചു.

21

പ്രാർത്ഥനയുടെ ഫലം

പണ്ടു പണ്ട് ജപ്പാനിൽ കഗേഷു എന്ന ഒരു ചക്രവർത്തി യുണ്ടായിരുന്നു. വലിയ ദൈവവിശ്വാസിയായിരുന്നു അദ്ദേഹം. അതുകൊണ്ട് നിത്യവുമുള്ള പ്രാർത്ഥന കൂടാതെ ചക്രവർത്തി, കൊട്ടാരത്തിനടുത്തുള്ള ഒരു ബുദ്ധദേവാലയത്തിൽ ആഴ്ചയി ലൊരിക്കൽ പോകും. ദേവാലയത്തിനു മുന്നിലുള്ള വിശാലമായ പുൽത്തകിടിയിൽ വളരെനേരം കണ്ണടച്ചിരുന്ന് ധ്യാനിക്കുകയും ചെയ്യും.

ഒരുനാൾ അങ്ങനെ ധ്യാനിച്ചിരിക്കുകയായിരുന്നു കഗേഷു. അപ്പോഴാണ് ദേവാലയത്തിനകത്തുനിന്നും ഒരു സ്ത്രീ പേടിച്ച രണ്ട മുഖത്തോടെ പുറത്തേക്ക് ഓടിവന്നത്. മിയാചി എന്നായി രുന്നു അവരുടെ പേര്. തന്നോടൊപ്പം പ്രാർത്ഥിക്കാനെത്തിയ തന്റെ കുഞ്ഞിനെ കാണാതെ പരിഭ്രമിച്ചായിരുന്നു അവരുടെ വരവ്. കുഞ്ഞിനെ അന്വേഷിച്ച് മിയാചി പുൽത്തകിടിയിലൂടെ വേഗത്തിൽ ഓടി. അങ്ങനെ ഓടുന്നതിനിടയിൽ അവർ ചക്ര വർത്തിയുടെ ദേഹത്ത് ചവിട്ടുകയും ചെയ്തു. എന്നാൽ മിയാചി താൻ അങ്ങനെ ചെയ്തെന്ന് അറിഞ്ഞതേയില്ല എന്നു മാത്രം.

ഇതുകണ്ട് ചക്രവർത്തിക്കു കോപം വന്നു. തന്നെ ചവിട്ടി ഓടിയ സ്ത്രീ തിരികെ വരുന്നതും നോക്കി അദ്ദേഹം അവിടെ ത്തന്നെ ഇരുന്നു. അൽപ്പം കഴിഞ്ഞപ്പോൾ പുൽമെതാനന്റെ

മറ്റേ അറ്റത്തുനിന്നും തന്റെ കുഞ്ഞിനേയും എടുത്തുകൊണ്ട് സന്തോഷത്തോടെ വരുന്ന മിയാചിയെ കഗേഷു കണ്ടു.

"ഹും, നിൽക്കവിടെ! കുറച്ചുമുമ്പ് ആരെ ചവിട്ടിക്കൊണ്ടാണ് ഓടിയതെന്നു നിനക്കറിയാമോ?" കഗേഷു കോപിച്ചു വിറച്ചു കൊണ്ട് ചോദിച്ചു.

ചക്രവർത്തിയാണ് തന്റെ മുന്നിൽ നിൽക്കുന്നതെന്ന് മിയാ ചിക്കു മനസ്സിലായി. അവർ അദ്ദേഹത്തെ താണു വണങ്ങി. എന്നിട്ടു പറഞ്ഞു: "ചവിട്ടുകയോ? ഞാനെന്റെ കുഞ്ഞിനെ അമ്പേ ഷിച്ച് പരിഭ്രമത്തോടെ ഓടുകയായിരുന്നു, പ്രഭോ! അതിനിടയിൽ ഞാനാരെയും കണ്ടില്ല!"

അതിനുശേഷം ഒരു നിമിഷം കഴിഞ്ഞ് മിയാചി ഇങ്ങനെ കൂട്ടിച്ചേർത്തു: "അങ്ങ് ധ്യാനിക്കുകയായിരുന്നു എന്നു ഞാൻ വിശ്വസിക്കുന്നു. പക്ഷേ, ഈശ്വരനെ ധ്യാനിക്കുന്നതിനിടയിൽ ഇത്തരം നിസ്സാര കാര്യങ്ങൾപോലും അങ്ങ് അറിയുന്നത് അത്ഭു തംതന്നെ. എന്റെ ശ്രദ്ധ മുഴുവനും കുഞ്ഞിലായിരുന്നതുകൊണ്ട് ഞാനൊന്നും അറിഞ്ഞില്ല. എന്നാൽ ധ്യാനിക്കുന്ന അങ്ങയുടെ മനസ്സ് ദൈവത്തിലായിരുന്നില്ല എന്നെനിക്കു മനസ്സിലായി! അത്തരം പ്രാർത്ഥനകൊണ്ട് എന്താണ് ഗുണം, പ്രഭോ?"

മിയാചിയുടെ വാക്കുകൾ കേട്ട കഗേഷു തലകുനിച്ചു.

22

ദൈവം രക്ഷയ്ക്ക്

പാഞ്ചാല രാജ്യത്ത് ജീമൂതൻ എന്നൊരു രാജാവുണ്ടായി രുന്നു. മഹാപണ്ഡിതനും പരാക്രമിയുമായിരുന്നു അദ്ദേഹം.

ഒരിക്കൽ ജീമൂതന് കടുത്ത ഒരു രോഗം പിടിപെട്ടു. വൈദ്യ ന്മാരെല്ലാം കിണഞ്ഞു ശ്രമിച്ചിട്ടും യാതൊരു ഫലവുമുണ്ടായി ല്ല. അപ്പോഴാണ് ദിവ്യനായ ഒരു ബുദ്ധസന്ന്യാസി അവിടെ വന്ന ത്. അദ്ദേഹം ഏതോ ചില പച്ചമരുന്നുകളുടെ നീര് രാജാവിന്റെ ചുണ്ടിൽ ഇറ്റിച്ചു കൊടുത്തു. അൽപ്പനേരത്തിനകം അസുഖ മെല്ലാം മാറി ജീമൂതൻ എഴുന്നേറ്റിരുന്നു.

തന്റെ ജീവൻ രക്ഷിച്ച സന്ന്യാസിയോട് ജീമൂതൻ നന്ദി പറ ഞ്ഞു. അപ്പോൾ സന്ന്യാസി പറഞ്ഞു: "രാജാവേ, എന്നോടല്ല, ബുദ്ധഭഗവാനോടാണ് അങ്ങു നന്ദി പറയേണ്ടത്. കാരണം, അദ്ദേഹമാണ് അങ്ങയെ രക്ഷിച്ചത്!"

എന്നാൽ ഇതുകേട്ട് ജീമൂതന് ദേഷ്യമാണു വന്നത്: "ഹും, ബുദ്ധഭഗവാൻ പോലും! ഞാനിവിടെ മരിക്കാൻ കിടന്നപ്പോൾ ഇപ്പറഞ്ഞ ഭഗവാനൊന്നും എന്നെ രക്ഷിക്കാനെത്തിയില്ലല്ലോ."

ഇതുകേട്ട് സന്ന്യാസി പുഞ്ചിരിച്ചിട്ടു പറഞ്ഞു: "രാജാവേ ഇതാ അങ്ങന്റെ ഉള്ളംകൈയ്യിലേക്കു നോക്കൂ...."

സന്ന്യാസി വലതു കൈപ്പടം ജീമൂതനു നേരെ നീട്ടി. അതി ലേക്കു നോക്കിയ രാജാവ് സ്വപ്നത്തിലെന്നപോലെ അത്ഭുത

കരമായ ഒരു കാഴ്ച കണ്ടു. നീണ്ടുകിടക്കുന്ന ഒരു വഴിയിൽ രണ്ടു പേർ മുന്നോട്ടു നടന്നു പോയതിന്റെ കാൽപ്പാടുകളായി രുന്നു അവ.

"രാജാവേ, ജനിച്ചതു മുതൽ അങ്ങു പിന്നിട്ട വഴിയാണിത്. ആ കാൽപ്പാടുകളിൽ ഒന്ന് അങ്ങയുടേതാണ്. മറ്റേതു ശ്രീബുദ്ധന്റേതും!" സന്ന്യാസി വിവരിച്ചു.

ജീമൂതൻ ഒന്നും മിണ്ടിയില്ല. കാൽപ്പാടുകൾ നോക്കി നോക്കി കുറേ ചെന്നപ്പോൾ പെട്ടെന്ന് ഒരാളുടെ കാലടിപ്പാടുകൾ മാത്ര മായി. അതു കണ്ടപ്പോൾ രാജാവു നെറ്റി ചുളിച്ചു.

"അങ്ങ് ഭയങ്കരമായ രോഗം പിടിച്ചു കിടന്നില്ലേ? അപ്പോ ഴത്തെ കാൽപാടുകളാണ്!" സന്ന്യാസി വിവരിച്ചു.

അതുകേട്ടപ്പോൾ ജീമൂതൻ ദേഷ്യത്തോടെ പറഞ്ഞു: "ക ണ്ടോ, ഞാൻ പറഞ്ഞില്ലേ, അസുഖം വന്നപ്പോൾ ശ്രീബുദ്ധൻ എന്നെ രക്ഷിക്കാൻ വന്നില്ലെന്ന്! അതുകൊണ്ടല്ലേ വഴിയിൽ എന്റെ കാലടികൾ മാത്രമായത്!"

"അല്ല രാജാവേ" സന്ന്യാസി ഒരു ചെറിയ പുഞ്ചിരിയോടെ ജീമൂതനോടു പറഞ്ഞു: "അത് അങ്ങയുടേതല്ല, ശ്രീബുദ്ധന്റെ കാലടികളാണ്! കാരണം, അങ്ങേക്കു തീരെ വയ്യാത്തതുകൊണ്ട് അദ്ദേഹം അങ്ങയെ ചുമലിലേറ്റി നടക്കുകയായിരുന്നു!"

പെട്ടെന്ന് സന്ന്യാസി കൈപ്പടം മടക്കി. അതിൽ തെളിഞ്ഞ നീണ്ടു കിടക്കുന്ന വഴിയും കാലടികളുമെല്ലാം അപ്രത്യക്ഷമാ യി. ഉറക്കത്തിൽനിന്നും ഉണർന്നപോലെ രാജാവ് പകച്ചു ചുറ്റും നോക്കി. എന്നിട്ട് അദ്ദേഹം എഴുന്നേറ്റ് സന്ന്യാസിയെ വന്ദിച്ചിട്ടു പറഞ്ഞു: "പ്രഭോ, മൂഢനായ എന്റെ കണ്ണു തുറപ്പിച്ചതിനു നന്ദി. ശ്രീബുദ്ധഭഗവാനാണ് എന്നെ രക്ഷിക്കാൻ അങ്ങയെ ഇങ്ങോട്ട് അയച്ചതെന്ന് എനിക്കിപ്പോൾ മനസ്സിലായി!"

ജീമൂതനെ അനുഗ്രഹിച്ച് സന്ന്യാസി അവിടെനിന്നും യാത്ര യായി.

23

ധ്യാനത്തിന്റെ രഹസ്യം

ജപ്പാനിൽ പണ്ട് ഷോക്കോ എന്നു പേരുള്ള മഹാപണ്ഡി തനായ ഒരു ബുദ്ധസന്ന്യാസി ഉണ്ടായിരുന്നു. വിദേശരാജ്യങ്ങ ളിൽനിന്നുപോലും പലരും അദ്ദേഹത്തിന്റെ ആശ്രമത്തിൽ വരും. ഷോക്കോ നൽകുന്ന ഉപദേശങ്ങൾ അവർ ശ്രദ്ധയോടെ കേൾക്കു കയും അതിനനുസരിച്ച് ജീവിക്കുകയും ചെയ്യും.

ഒരിക്കൽ ജപ്പാനിലെ ചക്രവർത്തി അദ്ദേഹത്തിന്റെ ഉപദേശം കേൾക്കാനെത്തി. ഷോക്കോ ചക്രവർത്തിയെ സ്നേഹത്തോടെ സ്വീകരിച്ചു. എന്നിട്ടു പറഞ്ഞു:

"പ്രഭോ, അകത്തെ മുറിയിലേക്കു വരൂ. നമുക്ക് അല്പനേരം ധ്യാനിച്ചിരിക്കാം!"

"ധ്യാനിച്ചിരിക്കുകയോ? എനിക്ക് വളരെയധികം തിരക്കു ണ്ടെന്ന് അങ്ങേയ്ക്കറിയാമല്ലോ. മാത്രമല്ല രാജ്യകാര്യങ്ങൾ ചിന്തിച്ച് ഞാനാകെ അസ്വസ്ഥനുമാണ്." ചക്രവർത്തി പറഞ്ഞു.

ഉടനെ ഷോക്കോ ഒരു കത്തിച്ച വിളക്ക് കൈയിലെടുത്ത് ചക്രവർത്തിയുടെ നേരെ നീട്ടിക്കൊണ്ടു പറഞ്ഞു:

"ധ്യാനിക്കുന്നതെന്തിനാണെന്നു ഞാൻ പറയാം. അതിനു മുമ്പ് ഈ വിളക്കുംകൊണ്ട് ഈ ആശ്രമം ഒന്ന് വലംവച്ചു വരൂ. നാളം കെടാതെ നോക്കണം!"

അതു കേട്ടപ്പോൾ ചക്രവർത്തിയുടെ നെറ്റി ചുളിഞ്ഞു.

എങ്കിലും മഹാപണ്ഡിതനായ ഷോക്കോ പറഞ്ഞതല്ലേ, അതു കൊണ്ട് ചക്രവർത്തി അതു സമ്മതിച്ചു. അദ്ദേഹം വിളക്കു കൈയിലെടുത്ത് പുറത്തിറങ്ങി. ആ സമയത്ത് നന്നായി കാറ്റടി ക്കുന്നുണ്ടായിരുന്നു. അതുകൊണ്ട് വിളക്കിലെ നാളം കെടാതി രിക്കാനായി അദ്ദേഹത്തിന്റെ ശ്രമം. എന്നാൽ എത്ര ശ്രമിച്ചിട്ടും ചക്രവർത്തിക്ക് അതിനായില്ല. കാറ്റടിച്ച് വിളക്ക് കെട്ടുപോയി.

ചക്രവർത്തി തിരികെ വന്ന് വീണ്ടും അതു കത്തിച്ച് പുറ ത്തിറങ്ങി. പക്ഷേ, ഇത്തവണയും അതുകെട്ടു. ഇതിങ്ങനെ പല വട്ടം തുടർന്നു. അപ്പോൾ ഷോക്കോ ചക്രവർത്തിയോട് പറഞ്ഞു: "പ്രഭോ, വിളക്കുമായി അകത്തേക്കു വരൂ. അതു കെട്ടുപോവില്ല!"

ചക്രവർത്തി അതുപോലെ ചെയ്തു. കെടാത്ത വിളക്കുമായി അകത്തേക്കെത്തിയ ചക്രവർത്തിയെ നോക്കി ഷോക്കോ മന്ദഹ സിച്ചു.

"വിളക്ക് പോലെയാണ് നമ്മുടെ മനസ്സ്. പല ചിന്തകളും വിചാരങ്ങളും പുറത്തെ കാറ്റുപോലെ അതിന്റെ ശ്രദ്ധയും ഏകാ ഗ്രതയും ഇല്ലാതാക്കാൻ ശ്രമിക്കും. അല്പനേരം ധ്യാനിച്ചിരു ന്നാൽ അങ്ങയുടെ ശ്രദ്ധ തെറ്റിക്കുന്ന വിചാരങ്ങൾ താനേ അട ങ്ങും. എങ്കിൽ മാത്രമേ ഞാൻ പറയുന്ന ഉപദേശങ്ങൾ ശരിയായി കേട്ടു മനസ്സിലാക്കാൻ അങ്ങേക്കു കഴിയൂ."

ചക്രവർത്തി അതു സമ്മതിച്ചു. ഷോക്കോയെ നമിച്ച് അദ്ദേഹം ധ്യാനത്തിനായി ഒരുങ്ങി.

24

മനസ്സിന്റെ വലിപ്പം

പണ്ടൊരു കാട്ടിൽ മണ്ഡൂകൻ എന്ന ഒരു തവളയുണ്ടായി രുന്നു.

ഒരിക്കൽ അവൻ തീറ്റയന്വേഷിച്ച് ഒരു പുൽമേട്ടിലെത്തി. ചാടിപ്പോകുന്ന ഒരു പുൽച്ചാടിയുടെ പിറകെ മണ്ഡൂകൻ വച്ചു പിടിച്ചു. എന്നാൽ ചാടിച്ചാടി ചെന്നെത്തിയതോ? മുൻകോപി യായ വിക്രൻസിംഹത്തിന്റെ മുന്നിൽ!

വിക്രൻസിംഹം മണ്ഡൂകനെ പിടികൂടി. എന്നിട്ട് ആക്രോശി ച്ചു: "ഹും, എന്റെ ഉറക്കം കെടുത്താൻ തക്ക ധൈര്യമോ നിന ക്ക്? നിന്നെ ഞാൻ…"

"എന്നെ ഒന്നും ചെയ്യരുതേ!" മണ്ഡൂകൻ അപേക്ഷിച്ചു. "വി ശപ്പു മാറ്റാനായി ഒരു പുൽച്ചാടിയെ പിടിക്കാൻ വന്നതാണ് ഞാൻ. അതിനെ പിടികൂടി തിരികെ പോകാൻ എന്നെ അനുവ ദിക്കണേ!"

സിംഹം ആദ്യം സമ്മതിച്ചില്ല. എങ്കിലും ഒടുവിൽ ഇങ്ങനെ പറഞ്ഞു: "ഞാൻ നിന്നെക്കാൾ എത്രയോ വലിയ മൃഗമാണ്. കാട്ടിലെ രാജാവുതന്നെ ഞങ്ങൾ സിംഹങ്ങളാണല്ലോ. അതു കൊണ്ട്, നിന്നെപ്പോലെ വൃത്തികെട്ട ഒരു തവളയെ കൊന്നാൽ എനിക്കാണ് നാണക്കേട്. അതുകൊണ്ട് നിന്നെ ഞാൻ വെറുതെ വിടുന്നു!"

എന്നാൽ അത്ര അപേക്ഷിച്ചിട്ടും തന്റെ ഇരയെ പിടിക്കാൻ മണ്ഡൂകനെ സിംഹം അനുവദിച്ചില്ല. ഒടുവിൽ നിരാശനായി അവൻ സ്ഥലം വിട്ടു.

അങ്ങനെ കുറച്ചുകാലം കടന്നുപോയി. ഒരിക്കൽ അവിടെ അതിഭയങ്കരമായ വരൾച്ചയുണ്ടായി. അരുവികളും തടാകങ്ങളു മെല്ലാം വറ്റിവരണ്ടു.

ദാഹിച്ചു വലഞ്ഞ വിക്രൻസിംഹം ഇത്തിരി വെള്ളത്തിനായി കാടുമുഴുവൻ ചുറ്റിത്തിരിഞ്ഞു.

അങ്ങനെ ഒരിടത്തു ചെന്നപ്പോഴാണ് ഒരു തവള ശബ്ദിക്കു ന്നത് വിക്രൻ കേട്ടത്. വെള്ളം കണ്ടുപിടിക്കാൻ സമർത്ഥന്മാരാ ണല്ലോ തവളകൾ. ഏതോ ഒരു സ്ഥലത്തേക്കു നീങ്ങിപ്പോകുന്ന ആ ശബ്ദത്തിനു പിന്നാലെ അവൻ നടന്നു. കുറേ ചെന്നപ്പോൾ അതാ, ഒരു കൊച്ചുകുഴിയിൽ അൽപ്പം വെള്ളം. അതിന്റെ അടുത്ത് ഒരു കല്ലിൽ ഇരിക്കുന്നതോ, മണ്ഡൂകൻ തവളയും!

ഒരിക്കൽ താൻ ഉപദ്രവിച്ചിട്ടും ദാഹിച്ചു വലഞ്ഞ തന്നെ സഹായിക്കുകയായിരുന്നു മണ്ഡൂകനെന്ന് വിക്രന് മനസ്സിലായി. അവന്റെ വലിയ മനസ്സിനു മുന്നിൽ താൻ എത്രയോ ചെറുതാ ണെന്നും. താൻ മുമ്പ് കാണിച്ച തെറ്റിന് മൃഗരാജാവ്, തവളയോട് മാപ്പു പറയുകയും ചെയ്തു.

25

വിത്തും വളവും

പണ്ടുപണ്ട് ശൃംഗേരി എന്ന സ്ഥലത്ത് സോമദേവൻ എന്നൊരു ഗുരുവുണ്ടായിരുന്നു. അദ്ദേഹത്തിന് രണ്ട് ശിഷ്യന്മാരുണ്ട്– ധ്യാനശീലനും ഗുണവർദ്ധനനും.

ഒരിക്കൽ സോമദേവൻ ദൂരെയുള്ള ഒരു നാട്ടിലേക്ക് തീർത്ഥ യാത്ര പോകാൻ തീരുമാനിച്ചു. പുറപ്പെടും മുമ്പ് ഗുരു ശിഷ്യ ന്മാരെ അരികിൽ വിളിച്ച് ഓരോരുത്തർക്കും കുറച്ച് ധാന്യങ്ങൾ നൽകി. എന്നിട്ടു പറഞ്ഞു:

"ഇതാ, ഞാൻ കരുതിവച്ചിരുന്ന അൽപ്പം ധാന്യമാണിത്. രണ്ടുപേരും ഇത് വേണ്ടപോലെ സൂക്ഷിക്കണം. ഞാൻ മടങ്ങി യെത്തുമ്പോൾ തിരിച്ചേൽപ്പിക്കുകയും വേണം!"

ശിഷ്യന്മാർ സമ്മതിച്ചു. ഗുരു അവരോട് യാത്ര ചോദിച്ച് അപ്പോൾത്തന്നെ പുറപ്പെട്ടു.

ഒരുവർഷം കഴിഞ്ഞാണ് സോമദേവൻ മടങ്ങിയെത്തിയത്. വൈകാതെ, അദ്ദേഹം ശിഷ്യന്മാരെ വിളിച്ച് താനേൽപ്പിച്ചിരുന്ന ധാന്യത്തെക്കുറിച്ച് അന്വേഷിച്ചു.

ധ്യാനശീലൻ ഉടൻതന്നെ ചെറിയൊരു പെട്ടി എടുത്തു കൊണ്ടു വന്നു. "ഗുരോ, അങ്ങു തന്ന ധാന്യം ഞാൻ ഈ പെ ട്ടിയിൽ ഭദ്രമായി സൂക്ഷിച്ചിട്ടുണ്ട്. മാത്രമല്ല, എലിയും മറ്റും അതു തിന്നാതെ പ്രത്യേകം നോക്കുകയും ചെയ്തു!" അവൻ പറഞ്ഞു.

ഗുരു ഒന്നും മിണ്ടാതെ തല കുലുക്കി. എന്നിട്ട് ഗുണവർദ്ധ നന്റെ നേരെ നോക്കി.

അപ്പോൾ ഗുണവർദ്ധനൻ പറഞ്ഞു: "പ്രഭോ, ഞാനതു സൂക്ഷിച്ചിട്ടില്ല. പകരം, കൃഷിക്കു സമയമായപ്പോൾ അതെല്ലാം വിതച്ചു. ഇപ്പോൾ അതെല്ലാം നന്നായി വിളഞ്ഞു നിൽക്കുകയാ ണ്!"

ഇതുകേട്ട് സോമദേവൻ പുഞ്ചിരിച്ചു. എന്നിട്ടു പറഞ്ഞു: "ധ്യാനശീലാ, ഏതു മുതലിന്റേയും ഗുണമറിഞ്ഞു വേണം അതിനെ പരിപാലിക്കാൻ. എങ്കിലേ നേട്ടങ്ങൾ ഉണ്ടാവൂ. അത് മനസ്സിലാക്കിയാണ് ഗുണവർദ്ധനൻ പ്രവർത്തിച്ചതും ഏതാനും വിത്തുകളിൽനിന്നും നൂറുകണക്കിനു വിത്തുകളുണ്ടാക്കിയതും."

തനിക്കു പറ്റിയ മണ്ടത്തരമോർത്ത് ധ്യാനശീലൻ തലതാ ഴ്ത്തി.

26
നന്മയ്ക്ക് ശിക്ഷ

ജപ്പാനിൽ പണ്ട് തകാഷി എന്ന ഒരു ഗുരു ഉണ്ടായിരുന്നു. ആയോധന കലയിൽ അദ്വിതീയനായിരുന്നു അദ്ദേഹം. അതു കൊണ്ടുതന്നെ ധാരാളം ശിഷ്യന്മാരും അദ്ദേഹത്തിനുണ്ടായിരുന്നു.

തകാഷിക്ക് ഒരു പ്രത്യേകതയുണ്ട് – കൃത്യസമയത്ത് ചിട്ട യോടെയാണ് എല്ലാം ചെയ്യുക. തന്റെ ശിഷ്യന്മാരും അതുപോ ലെയാവണമെന്ന് അദ്ദേഹത്തിന് നിർബ്ബന്ധമായിരുന്നു. അതു പാലിക്കാത്തവരെ തകാഷി കഠിനമായി ശിക്ഷിക്കും.

ഒരുദിവസം തകാഷിയുടെ ശിഷ്യന്മാരിൽ ഒരാളായ മച്ചിക്കോ വീട്ടിൽനിന്നും ആശ്രമത്തിലേക്കു വരികയായിരുന്നു. ഒരു പുഴ കടന്നുവേണം തകാഷിയുടെ ആശ്രമത്തിലെത്താൻ. മച്ചിക്കോ പതിവുപോലെ പുഴയിലേക്കിറങ്ങി മറുകരയിലേക്ക് നീന്താൻ തുടങ്ങി.

അപ്പോഴാണ് അധികം ദൂരെയല്ലാതെ ഒരിടത്തുനിന്ന് ഒരു കൊച്ചു പെൺകുട്ടിയുടെ നിലവിളി മച്ചിക്കോ കേട്ടത്. അവൻ തലയുയർത്തി ആ ദിക്കിലേക്കു നോക്കി. എന്നിട്ട് ആഞ്ഞു നീന്തി അവിടേക്കുചെന്നു.

നീന്തലറിയാതെ ഒഴുക്കിൽപ്പെട്ടു മുങ്ങിപ്പൊങ്ങുന്ന ഒരു ബാലികയായിരുന്നു അത്. മച്ചിക്കോ വേഗം അവളെ ഒരു

കൈകൊണ്ട് മുറുകെപ്പിടിച്ചു. എന്നിട്ട് മറുകരയിലേക്കു നീന്തി.

നദിയിൽ കുളിക്കാനെത്തിയപ്പോൾ അബദ്ധത്തിൽ ഒഴു ക്കിൽപ്പെട്ടതായിരുന്നു അവൾ. ഏതായാലും മച്ചിക്കോ ആ പെൺകുട്ടിയെ അവളുടെ വീട്ടിലെത്തിച്ചു. എന്നിട്ട് വേഗം ആശ്ര മത്തിലേക്കോടി.

അപ്പോഴേക്കും നേരം ഏറെ വൈകിയിരുന്നു. നനഞ്ഞൊ ലിച്ച് അവശനായി കടന്നുവന്ന മച്ചിക്കോയെ കണ്ടപ്പോൾ തകാഷിയുടെ കണ്ണുകൾ ചുവന്നു: "ഹും, തോന്നിയപോലെ ഏതെങ്കിലും സമയത്തു കയറിവരാനുള്ളതല്ല എന്റെ സ്ഥലം. അതുകൊണ്ട് നീ അവിടെത്തന്നെ നിന്നാൽ മതി!" അദ്ദേഹം ആക്രോശിച്ചു.

മച്ചിക്കോ ഒന്നും മിണ്ടിയില്ല. അവൻ പൊരിവെയിലത്ത് അന ങ്ങാതെ നിന്നു. കുറേ കഴിഞ്ഞപ്പോൾ വെയിലിന്റെ കാഠിന്യം താങ്ങാനാവാതെ മച്ചിക്കോ ബോധരഹിതനായി നിലത്തുവീണു.

ഉടനെ തകാഷിയും മറ്റു ശിഷ്യന്മാരും ചേർന്ന് അവനെ താങ്ങിയെടുത്ത് അകത്തേക്കു കൊണ്ടുപോയി. തണുത്ത വെള്ളം മുഖത്തു തളിച്ച് അവനെ ഉണർത്തി.

"ഗുരോ, മറ്റൊരാൾക്ക് ഉപകാരം ചെയ്താൽ ശിക്ഷിക്കുന്നത് എന്തു നീതിയാണ്?" മച്ചിക്കോ ഗുരുവിനോടു ചോദിച്ചു.

തകാഷി ചോദ്യഭാവത്തിൽ അവനെ നോക്കി. അപ്പോൾ മച്ചിക്കോ അന്നു രാവിലെ ഉണ്ടായതെല്ലാം ഗുരുവിനോടു പറ ഞ്ഞു.

അപ്പോഴാണ് തകാഷിക്ക് തന്റെ തെറ്റു മനസ്സിലായത്. വൈകാനുണ്ടായ കാരണം അന്വേഷിക്കുകപോലും ചെയ്യാതെ അവനെ ശിക്ഷിച്ചതിൽ അദ്ദേഹം പശ്ചാത്തപിച്ചു. മാത്രമല്ല, മറ്റു ള്ളവരോടു കാണിക്കുന്ന നന്മയാണ് ഏതു പ്രവൃത്തിയേക്കാളും മേന്മയേറിയതെന്ന് അദ്ദേഹത്തിന് മനസ്സിലായി.

27

മരത്തിന്റെ വില

ശ്രീരാമൻ പഞ്ചവടിയിൽ കഴിയുന്ന കാലം. ഒരു ദിവസം അദ്ദേഹത്തെ കാണാൻ പരശുരാമൻ അവിടെ വന്നെത്തി.

പണ്ട്, സീതാസ്വയംവരം കഴിഞ്ഞ് അയോദ്ധ്യയിലേക്കു വ രുമ്പോൾ ശ്രീരാമനെ പരശുരാമൻ തടഞ്ഞു നിർത്തിയിട്ടുള്ള താണ്. എങ്കിലും സ്നേഹിതന്മാരായിട്ടാണ് അന്നവർ പിരിഞ്ഞത് എന്നുമാത്രം. പിന്നീട് വർഷങ്ങളോളം അവർ തമ്മിൽ നേരിൽ കണ്ടിട്ടേയില്ല.

പരശുരാമൻ പഞ്ചവടിയിലെത്തുമ്പോൾ ശ്രീരാമൻ പുതിയ ചെടികൾ നടുകയും അവയ്ക്ക് വെള്ളമൊഴിക്കുകയുമായിരുന്നു. തന്റെ പ്രവൃത്തിക്ക് ഭംഗം വരാതെതന്നെ ശ്രീരാമൻ സന്ദർശ കനെ സ്വീകരിച്ചു.

"പരശുരാമാ, എത്ര കാലമായി കണ്ടിട്ട്?" ശ്രീരാമൻ കുശലം ചോദിച്ചു: "എവിടെയായിരുന്നു ഇത്രയും കാലം?"

"എന്റെ ആശ്രിതരായി ആയിരക്കണക്കിന് ബ്രാഹ്മണരുണ്ട് എന്നറിയാമല്ലോ", പരശുരാമൻ മറുപടി പറഞ്ഞു. "അവരെ ഒരി ടത്തു പാർപ്പിക്കാൻ ശ്രമിക്കുകയായിരുന്നു ഞാൻ. അതിനായി ഞാൻ ധാരാളം കാടുകൾ വെട്ടിത്തെളിച്ചു. ആ സ്ഥലങ്ങൾ മുഴു വൻ നിരപ്പാക്കി വീടുകൾ നിർമ്മിച്ചു. അങ്ങനെ ഞാൻ ഉണ്ടാ ക്കിയ ഗ്രാമത്തിലാ ഇപ്പോൾ എല്ലാവരും സസുഖം ജീവിക്കു

ന്നത്."

ശ്രീരാമൻ ഇതുകേട്ട് പുഞ്ചിരിച്ചു. എന്നാൽ പരശുരാമൻ ചെയ്തതിനെ പ്രശംസിക്കുകയോ മറ്റെന്തെങ്കിലും ഉപദേശിക്കു കയോ ചെയ്തില്ല. ചെടികളെ ശുശ്രൂഷിച്ചുകൊണ്ടുതന്നെ മറ്റു പല കാര്യങ്ങളെക്കുറിച്ചും സംസാരിച്ചു.

വൈകാതെ, പരശുരാമൻ അവിടെനിന്നു യാത്രയായി. കുറ ച്ചുനാൾ കഴിഞ്ഞ് കാടു വെട്ടിത്തെളിച്ച് താൻ നിർമ്മിച്ച ഗ്രാമ ത്തിലെത്തി. ശ്രീരാമനെ സന്ദർശിച്ച കാര്യം അദ്ദേഹം അവിടെ യുള്ളവരോടു പറഞ്ഞു.

"അങ്ങ് ശ്രീരാമചന്ദ്രനുമായി വീണ്ടും ഏറ്റുമുട്ടിയോ?" അവർ ചോദിച്ചു.

"ഹേയ്, ഇല്ലില്ല. പകരം യാതൊന്നും പറയാതെതന്നെ അദ്ദേഹം എന്നെ വലിയ ഒരു സത്യം പഠിപ്പിച്ചു!" പരശുരാമൻ പറഞ്ഞു.

"എന്താണത്?" എല്ലാവർക്കും അതറിയാൻ ആകാംക്ഷയായി.

"അതോ? പറയാം. നോക്കൂ, കാടുകൾ വെട്ടിത്തെളിച്ച് അവി ടെയാണ് നാം വസിക്കുന്നത്", പരശുരാമൻ പറഞ്ഞു. "നമ്മുടെ ആവശ്യങ്ങൾ നിറവേറ്റാൻ അതെല്ലാം കുറച്ചു വേണ്ടിവരും എന്നതു ശരിതന്നെ. എന്നാൽ ഇതിങ്ങനെ തുടർന്നാൽ നാശമാ യിരിക്കും ഫലം!"

"നാശമോ, അതെങ്ങനെ?"

"ഈ മരങ്ങളാണ് നമുക്കുവേണ്ട ഫലമൂലാദികളും വെള്ളവും തണലുമെല്ലാം തരുന്നത്. അവ ഇല്ലാതായാൽ നമ്മളും വൈകാതെ ഇല്ലാതാവും. അതുകൊണ്ട് ഇനി നാം മര ങ്ങൾ വെട്ടി പച്ചപ്പ് ഇല്ലാതാക്കരുത്. എന്നുതന്നെയല്ല, നശിപ്പിച്ച വയ്ക്കു പകരം പുതിയവ നട്ടുപിടിപ്പിക്കാനാണ് എന്റെ നിശ്ച യം!" പരശുരാമൻ ഉറച്ച ശബ്ദത്തിൽ പറഞ്ഞു.

പറഞ്ഞ വാക്ക് അണുവിട തെറ്റാതെ പാലിക്കുന്ന മഹാള ഷിയായിരുന്നല്ലോ പരശുരാമൻ! അതുകൊണ്ടുതന്നെ വൈകാ തെ, അവരെല്ലാം ഒരുമിച്ച് ആ പ്രദേശം വീണ്ടും നല്ലൊരു വന പ്രദേശമാക്കി മാറ്റുകയും ചെയ്തു.

28
പെരുങ്കള്ളന്റെ മകൻ

ജപ്പാനിൽ പണ്ട് അകിരാ എന്നൊരു വൃദ്ധനായ ബുദ്ധമത പണ്ഡിതനുണ്ടായിരുന്നു. രാജകൊട്ടാരത്തിൽനിന്നും കൊടുക്കുന്ന തുച്ഛമായ പണംകൊണ്ടാണ് അദ്ദേഹം കഴിഞ്ഞിരുന്നത്.

ഒരിക്കൽ രാജാവ് തന്റെ മകനെ അകിരായുടെ ശിഷ്യനാക്കാൻ വേണ്ടി അദ്ദേഹത്തിന്റെ ആശ്രമത്തിൽ ചെന്നു. അപ്പോൾ അകിരാ ഏതാനും ശിഷ്യന്മാരെ പഠിപ്പിക്കുകയായിരുന്നു. അക്കൂട്ടത്തിൽ ആ നാട്ടിലെ ഒരു പെരുങ്കള്ളന്റെ മകനായ ഹിതാകി ഇരിക്കുന്നത് രാജാവ് കണ്ടു.

തന്റെ മകൻ ഒരു കള്ളന്റെ മകനോടൊപ്പമിരുന്നു പഠിക്കുകയോ? രാജാവിന് അതൊട്ടും ഇഷ്ടപ്പെട്ടില്ല. അദ്ദേഹം ഉടനെ ഹിതാകിയെ പുറത്താക്കണമെന്ന് അകിരായോട് ആവശ്യപ്പെട്ടു.

എന്നാൽ അകിരാ സമ്മതിച്ചില്ല. "പ്രഭോ, എനിക്ക് എന്റെ ശിഷ്യന്മാരെല്ലാം ഒരുപോലെയാണ്. രാജാവിന്റെ മകനായാലും കള്ളന്റെ മകനായാലും അറിവുതേടി വരുന്നവരെ ഞാൻ പഠിപ്പിക്കും" അകിരാ പറഞ്ഞു.

ഇതുകേട്ടപ്പോൾ രാജാവിന് ദേഷ്യം കൂടുകയാണുണ്ടായത്. ധിക്കാരിയായ അകിരായെ ഒരു പാഠം പഠിപ്പിക്കണമെന്ന് അദ്ദേഹം നിശ്ചയിച്ചു. രാജകുമാരനേയും കൂട്ടി അദ്ദേഹം കൊട്ടാ

രത്തിൽ തിരിച്ചെത്തി. അന്നുമുതൽ അകിരായ്ക്ക് യാതൊരു സഹായവും ചെയ്യരുതെന്ന് എല്ലാവരേയും ശട്ടം കെട്ടുകയും ചെയ്തു.

കൊട്ടാരത്തിൽനിന്നുള്ള സഹായം ഇല്ലാതായപ്പോൾ അകിരാ ശരിക്കും വിഷമിച്ചു. എങ്കിലും അദ്ദേഹം രാജാവിനെ കണ്ട് ക്ഷമ ചോദിക്കാനൊന്നും പോയില്ല.

അങ്ങനെ കുറച്ചുകാലം കഴിഞ്ഞു. ഒരിക്കൽ രാജാവ് എങ്ങോ പോയി വരുമ്പോൾ അകിരായുടെ ആശ്രമത്തിനടുത്തെ ത്തി. പട്ടിണിയും രോഗവുമായി അവശനായ അകിരായെ കണ്ട പ്പോൾ രാജാവിനു പുച്ഛമാണു തോന്നിയത്. "ഹ! ഹ! പണ്ഡിത രേ, ഇപ്പോൾ മനസ്സിലായോ എന്നെ ധിക്കരിച്ചാലുള്ള ഫലം?" രാജാവു ചോദിച്ചു.

ഇതുകേട്ടപ്പോൾ അകിരാ പുഞ്ചിരിച്ചുകൊണ്ടു പറഞ്ഞു: " പ്രഭോ, അതിനുള്ള ഫലം കിട്ടിയത് എനിക്കല്ല, അങ്ങേക്കു ത ന്നെയാണ്. പാവപ്പെട്ട ഹിതാകിയുടെ അച്ഛൻ പട്ടിണി മൂലമാണ് പെരുങ്കള്ളനായി മാറിയത്. അതുകൊണ്ട് ഹിതാകിയെ ഞാൻ എന്റെ ആശ്രമത്തിൽ വളർത്തി പഠിപ്പിക്കുകയായിരുന്നു. ഇപ്പോൾ അങ്ങു ഞങ്ങളെ പട്ടിണിക്കിട്ടതിനാൽ ഇനി ഹിതാകിയും അവന്റെ അച്ഛന്റെ വഴി തന്നെ തെരഞ്ഞെടുത്തേക്കാം. പ്രഭോ, ഒരു നല്ല രാജാവ് തന്റെ പ്രജകളെ സ്വന്തം മക്കളെപ്പോലെതന്നെ കരുതണം. ഇല്ലെങ്കിൽ രാജാവ് തന്നെയാകും രാജ്യത്ത് പെരുങ്ക ള്ളന്മാരെ സൃഷ്ടിക്കുന്നത്."

അകിരായുടെ വാക്കുകൾ കേട്ടപ്പോൾ രാജാവിന് തന്റെ തെറ്റു മനസ്സിലായി. ഗുരുവിനോടു മാപ്പു ചോദിച്ച് അദ്ദേഹം അന്നു തന്നെ തന്റെ മകനെ അകിരായുടെ ശിഷ്യനാക്കി. മാത്രമല്ല, കൊട്ടാ രത്തിൽനിന്നും അകിരായ്ക്കു നൽകിവന്ന സഹായങ്ങൾ തുട രാൻ ഉടൻതന്നെ അദ്ദേഹം ഉത്തരവിടുകയും ചെയ്തു.

29

കരിമ്പാറ രക്ഷിച്ചു

ഒരു കാട്ടിൽ കുറുമ്പനായ ഒരാനയുണ്ടായിരുന്നു. പേര് മോത്തി. ഒരു കരിമ്പാറക്കൂട്ടത്തിനടുത്താണ് അവനും മറ്റ് ആനകളും കഴിഞ്ഞിരുന്നത്.

ഒരിക്കൽ ഒരു പാറക്കല്ലിൽ തട്ടി മോത്തിയുടെ കാലിനു പരിക്കു പറ്റി. ദേഷ്യം വന്ന അവൻ അന്നു മുതൽ ചവിട്ടിയും കുത്തിയുമൊക്കെ പാറക്കല്ലുകൾ തള്ളിയിടാൻ തുടങ്ങി. മറ്റുള്ള വർ എത്ര പറഞ്ഞിട്ടും മോത്തി അനുസരിച്ചില്ല.

അങ്ങനെയിരിക്കെയാണ് ഏതാനും നായാട്ടുകാർ കാട്ടിലെ ത്തിയത്. അവരുടെ മണം കിട്ടിയ ഉടനെ ആനകളെല്ലാം കരി മ്പാറയോടു ചേർന്ന് അനങ്ങാതെനിന്നു.

വൈകാതെ നായാട്ടുകാരിൽ ഒരാൾ ഒരു മരത്തിനു മുക ളിൽ കയറി ചുറ്റും നോക്കിക്കൊണ്ടു പറഞ്ഞു: "ഇവിടെ കുറേ പാറക്കെട്ടുകളല്ലാതെ ആനകളേയോ മറ്റു മൃഗങ്ങളേയോ ഒന്നും കാണുന്നില്ല. നമുക്കു പോകാം!"

നായാട്ടുകാർ പോയപ്പോൾ ആനക്കൂട്ടത്തിന്റെ തലവൻ മോത്തിയോടു പറഞ്ഞു: "മോത്തീ, കണ്ടില്ലേ? നീ ഇടിച്ചു തകർ ക്കാൻ നോക്കുന്ന ഈ പാറക്കെട്ട് നമ്മെ രക്ഷിച്ചത്? ഒളിക്കാൻവേണ്ടി പ്രകൃതിതന്നെ നമുക്കു വേണ്ടി ഒരുക്കിത്തന്നതാണ് വാസ്തവ ത്തിൽ അത്. അതു നശിപ്പിച്ചാൽ നാശം നമുക്കു തന്നെയായിരിക്കും!"

താൻ കാണിച്ച വിഡ്ഢിത്തം എന്താണെന്ന് മോത്തിക്കു മനസ്സിലായി. പിന്നീടവൻ പാറക്കെട്ടു തകർക്കാൻ മുതിർന്നിട്ടില്ല.

30
നിൻസുവിന്റെ ഗുരുക്കന്മാർ

ജപ്പാനിൽ പണ്ട് ഒരു ബാലനുണ്ടായിരുന്നു. പേര് നിൻസു. പണക്കാരുടെ വീടുകളിൽ പണി ചെയ്താണ് അവൻ ജീവിച്ചിരുന്നത്.

നിൻസുവിന് പഠിക്കാൻ വലിയ ഇഷ്ടമായിരുന്നു. പക്ഷേ, എപ്പോഴും പണിയെടുത്തുകഴിയേ അവനുണ്ടോ ഏതെങ്കിലും ഗുരുവിന്റെ അടുത്തുചെന്ന് പഠിക്കാൻ പറ്റുന്നു?

അങ്ങനെയിരിക്കെ ഒരുദിവസം ചന്തയിൽ പോയി വരികയായിരുന്നു നിൻസു. അപ്പോഴാണ് ഒരു ദേവാലയത്തിനു മുന്നിൽ ഒരു ബുദ്ധസന്ന്യാസി തന്റെ ശിഷ്യന്മാരെ പഠിപ്പിക്കുന്നത് അവൻ കണ്ടത്. അവരെപ്പോലെ പഠിക്കാൻ തനിക്ക് കഴിയില്ലല്ലോ എന്നോർത്തപ്പോൾ നിൻസുവിന് കരച്ചിൽ വന്നു.

ഇതുകണ്ട് സന്ന്യാസിവര്യൻ അവന്റെ അരികിലെത്തി. എന്നിട്ട് എന്തിനാണു കരയുന്നത് എന്ന് അവനോടു ചോദിച്ചു. പഠിക്കാൻ ആഗ്രഹമുണ്ടെങ്കിലും ദരിദ്രനായ തനിക്ക് അതിനു സാധിക്കുന്നില്ല എന്ന് നിൻസു തേങ്ങലടക്കിക്കൊണ്ടു മറുപടി നൽകി.

"ആരു പറഞ്ഞു നിനക്കു പഠിക്കാൻ ഗുരു ഇല്ലെന്ന്?" സന്ന്യാസി ചോദിച്ചു.

നിൻസു അതുകേട്ട് അമ്പരന്നു. "ഇല്ല, എന്നെ പഠിപ്പിക്കാൻ

ഗുരുക്കന്മാർ ആരുമില്ല!" അവൻ വിക്കി വിക്കി മറുപടി പറഞ്ഞു.

"കള്ളം പറയുന്നോ?" സന്ന്യാസി പുഞ്ചിരിയോടെ അവന്റെ പുറത്തുതട്ടി. "ഇതാ നോക്ക്, ഈ തടാകത്തിലെ തെളിനീരു കണ്ടോ? ആ ജലത്തെ നിനക്കു ഗുരുവാക്കാം!"

"അതെങ്ങനെ?"

"നിറവും മണവുമില്ലാത്തതാണല്ലോ ജലം. എന്നാലോ സ്ഫടികം പോലെ അടിത്തട്ടുവരെ നമുക്കു കാണുകയുമാവാം. രുചിയില്ലെങ്കിലെന്താ, അതില്ലാതെ ആർക്കും കഴിയാനാവില്ല. ജലം പോലെയാവണം നമ്മുടെ മനസ്സും. അതിൽ തെറ്റിന്റേയും കാപട്യത്തിന്റേയും നിറങ്ങൾ ഉണ്ടാവരുത്. ദാഹമകറ്റി മറ്റുള്ള വർക്ക് എപ്പോഴും പുതുജീവൻ നല്കാനും നമുക്ക് കഴിയണം!"

നിൻസുവിന് അതു ശരിയാണെന്ന് തോന്നി. അവൻ സന്തോ ഷത്തോടെ തലയാട്ടി. അപ്പോൾ സന്ന്യാസി പറഞ്ഞു: "ജലത്തെ മാത്രമല്ല, കാറ്റിനേയും ഭൂമിയേയും സൂര്യനേയുമൊക്കെ നമുക്ക് ഗുരുക്കന്മാരായി സങ്കൽപ്പിക്കാം. കാറ്റിന്റെ കാര്യം നോക്കൂ. മാലി ന്യമില്ലാത്തതുകൊണ്ട് കാറ്റിനെ കാണാൻ പോലുമാവില്ല. എന്നാലോ പണ്ഡിതന്റെയും പാമരന്റെയും പണക്കാരന്റെയും ദരിദ്രന്റെയും വീട്ടിൽ അതു കടന്നുവരും. എല്ലാവർക്കും ജീവൻ നൽകുന്ന കാറ്റിനെപ്പോലെയാവണം നാം. സ്വന്തം രൂപം കാണി ക്കാതെ എല്ലാവരേയും സഹായിക്കാൻ എപ്പോഴും തയ്യാറാ വണം!"

ഇങ്ങനെ, എന്തും താങ്ങാനുള്ള ഭൂമിയുടെ കരുത്തിനേയും, വെള്ളം വലിച്ചെടുത്ത് മഴ നൽകുന്ന സൂര്യന്റെ കാരുണ്യത്തേ യുമെല്ലാം ഗുരുവായി സങ്കല്പിക്കാമെന്ന് സന്ന്യാസി നിൻസുവിനെ പറഞ്ഞു മനസ്സിലാക്കിച്ചു. യാത്ര പറഞ്ഞ് തിരി കെപ്പോന്ന നിൻസു അതുപോലെ ചെയ്തു. പ്രകൃതിയിലെ ഓരോ വസ്തുവിന്റേയും പ്രത്യേകതകൾ മനസ്സിലാക്കി അവ രുടെ നല്ല സ്വഭാവങ്ങൾ ജീവിതത്തിൽ പകർത്തി. കാലം കഴി ഞ്ഞപ്പോൾ നിൻസു ജപ്പാനിലെ ഏറ്റവും അറിയപ്പെടുന്ന പ്രകൃ തി നിരീക്ഷകനും തത്ത്വചിന്തകനുമായി മാറുകയും ചെയ്തു.

31

സമയത്തിന്റെ വില

അംഗാരദേശത്ത് തരിശായിക്കിടന്ന ധാരാളം ഭൂമിയുണ്ടാ യിരുന്നു. ഒരിക്കൽ അയൽനാട്ടിൽ നിന്നെത്തിയ ശിവലാൽ കഠി നമായി അദ്ധ്വാനിച്ച് അവിടെ ഗോതമ്പു കൃഷി ചെയ്തു. വർഷ ങ്ങൾക്കകം അംഗാരദേശത്തെ ഏറ്റവും വിളവു കിട്ടുന്ന പാട മായി അതു മാറി. അംഗാര രാജാവ് ഇക്കാര്യമറിഞ്ഞു. ആ സ്ഥലത്തെ നാടിന്റെ അഭിമാനമാക്കി മാറ്റിയ ശിവലാലിന് നല്ലൊരു സമ്മാനം നൽകാൻ അദ്ദേഹം തീർച്ചയാക്കി.

അങ്ങനെ രാജാവിന്റെ ചടങ്ങുകൾക്കുവേണ്ടി അരങ്ങൊരു ങ്ങി. ശിവലാലും ഗ്രാമത്തലവനും ഗ്രാമീണരുമെല്ലാം അദ്ദേഹ ത്തിന്റെ വരവു കാത്തിരിപ്പായി. പക്ഷേ, വന്നെത്തുമെന്ന് അറി യിച്ച സമയം കഴിഞ്ഞിട്ടും രാജാവ് എത്തിയില്ല. ഒടുവിൽ കാത്തി രുന്ന് മടുത്ത ശിവലാൽ അവിടെ നിന്നിറങ്ങി തന്റെ കൃഷിസ്ഥ ലത്തേക്ക് പോയി.

കുറേ കഴിഞ്ഞ് രാജാവ് പരിവാരങ്ങളോടൊപ്പം അവിടെയെ ത്തി. നോക്കുമ്പോൾ ശിവലാൽ അവിടെയില്ല! ദേഷ്യം വന്ന അദ്ദേഹം നേരെ പാടത്തേക്ക് ചെന്നു. അവിടെ വയലിൽ പണി യെടുക്കുകയായിരുന്നു ശിവലാൽ.

"ഹും, ഞാനിവിടത്തെ രാജാവാണെന്ന കാര്യം ഓർമ്മ വേണം!" രാജാവ് കോപത്തോടെ പറഞ്ഞു. "എനിക്കുവേണ്ടി

ആരും എത്രനേരം വേണമെങ്കിലും കാത്തുനിൽക്കുമെന്നും!"

"ഇല്ല, പ്രഭോ, ആരൊക്കെ നിന്നാലും സമയം ഒരിക്കലും കാത്തുനിൽക്കുകയില്ല!" ശിവലാൽ വിനയത്തോടെ മറുപടി നൽകി. "അങ്ങേയ്ക്കുവേണ്ടി മാത്രമല്ല, ആർക്കുവേണ്ടിയും! അങ്ങനെയുള്ള വിലപ്പെട്ട എത്രയോ സമയം ആരും അദ്ധ്വാനി ക്കാനില്ലാതെ കളഞ്ഞതുകൊണ്ടാണ് ഈ സ്ഥലം മുമ്പ് തരിശു ഭൂമിയായി കിടന്നത്!"

ഓരോ നിമിഷവും വിലപ്പെട്ടതാണെന്ന് രാജാവിന് മനസ്സി ലായി. വൈകിയെത്തിയതിൽ ക്ഷമ ചോദിച്ച് അദ്ദേഹം ശിവ ലാലിന് തന്റെ വിലപ്പെട്ട പവിഴമാല തന്നെ സമ്മാനമായി നൽകി.

32
സന്ന്യാസിയും പരിചാരകനും

ജപ്പാനിലെ ഒരു ഗ്രാമത്തിൽ പണ്ട് ഷിയെൻസു എന്നു പേരായ ഒരു ബുദ്ധസന്ന്യാസിയുണ്ടായിരുന്നു. ഒരു കുന്നിൻ മുകളിലെ ആശ്രമത്തിലായിരുന്നു ഒറ്റയ്ക്ക് അദ്ദേഹത്തിന്റെ താമസം.

മഹാപണ്ഡിതനായ ഷിയെൻസുവിനെ കാണാനും അദ്ദേഹം പറയുന്ന കാര്യങ്ങൾ കേൾക്കാനുമൊക്കെ പലരും അവിടെയെത്തുക പതിവായിരുന്നു. ഒറ്റയ്ക്കേ ഉള്ളൂവെങ്കിലും ഷിയെൻസു വരുന്നവരെയെല്ലാം വിനയത്തോടെ സ്വീകരിക്കും. അവരുടെ ചോദ്യങ്ങൾക്കു മറുപടി പറയുക മാത്രമല്ല, അവരെ സൽക്കരിക്കാനും അദ്ദേഹം മറക്കാറില്ല.

അങ്ങനെയിരിക്കെ ഒരു ദിവസം യോഷി എന്നു പേരായ ഒരു പ്രഭു നഗരത്തിൽനിന്ന് ആ ഗ്രാമത്തിലെത്തി. ബുദ്ധദേവാലയങ്ങളിലും ആശ്രമങ്ങളിലുമെല്ലാം പോകുക യോഷിയുടെ പതിവായിരുന്നു. പോകുന്നിടത്തെല്ലാം ധാരാളം വിലപിടിപ്പുള്ള വസ്തുക്കൾ കാഴ്ചയായി നൽകാനും അദ്ദേഹം മറക്കാറില്ല. അതുകൊണ്ടുതന്നെ ഷിയെൻസുവിന്റെ അടുത്തു പോകുമ്പോഴും നിരവധി കാഴ്ചവസ്തുക്കൾ യോഷി കൈയിൽ കരുതി. എന്നിട്ട് കുന്നു കയറി ആശ്രമത്തിലെത്തി.

ആശ്രമത്തിന്റെ മുറ്റം വൃത്തിയാക്കുന്ന ഒരാളെയാണ് യോഷി ആദ്യം കണ്ടത്. സന്ന്യാസിയുടെ പരിചാരകനായിരിക്കും അയാളെന്ന് പ്രഭു ഊഹിച്ചു.

"ഈ ആശ്രമത്തിന്റെ അധിപനായ ഷിയെൻസുവിനെ കാണാൻ ഞാൻ നഗരത്തിൽനിന്നും വരികയാണ്. അദ്ദേഹത്തെ കാണാനാവുമോ?" പുഞ്ചിരിയോടെ അരികിലെത്തിയ പരിചാര കനോട് പ്രഭു ചോദിച്ചു.

"ഓഹോ, കാണാമല്ലോ!" അയാൾ മറുപടി പറഞ്ഞു. എന്നിട്ട് തന്റെ ജോലി തുടർന്നു.

യോഷി അല്പനേരം കാത്തിരുന്നു. എന്നിട്ടും ആളെ കാണു ന്നില്ല. പരിചാരകനാണെങ്കിൽ ഇപ്പോൾ ചെടികൾക്ക് വെള്ളമൊ ഴിക്കുകയാണ്. ഒടുവിൽ സഹികെട്ട പ്രഭു വീണ്ടും അയാളെ അടുത്തു വിളിച്ചു ചോദിച്ചു—ഷിയെൻസുവിനെ കാണാനാവുമോ എന്ന്!

പരിചാരകൻ പുഞ്ചിരിച്ചുകൊണ്ട് ജോലി തുടർന്നതേയുള്ളൂ. ഇങ്ങനെ പലവട്ടം കഴിഞ്ഞപ്പോൾ യോഷിക്ക് ശരിക്കും ദേഷ്യം വന്നു: "ഹും, ഞാൻ ഒരാൾ വന്നിരിക്കുന്ന വിവരം നീ അകത്തു പോയി അറിയിക്കാത്തതെന്താണ്? വരട്ടെ, ഷിയെൻസുവിനെ കാണുമ്പോൾ നിന്റെ ഈ അഹങ്കാരത്തെക്കുറിച്ച് ഞാൻ പ്രത്യേ കം പറയുന്നുണ്ട്!"

അതു കേട്ടിട്ടും പരിചാരകന് കുലുക്കമൊന്നുമുണ്ടായില്ല. അൽപ്പസമയം കഴിഞ്ഞ് അയാൾ യോഷിയെ അകത്തേക്കു വിളി ച്ചുകൊണ്ടുപോയി. ആശ്രമത്തിലെ എല്ലാ മുറികളും കാണിച്ചു കൊടുത്തു. എന്നിട്ട് പിൻവാതിലിലൂടെ പുറത്തേക്കുള്ള വഴിയി ലെത്തി പുഞ്ചിരിയോടെ ഇങ്ങനെ പറഞ്ഞു: "എങ്കിൽ ശരി. ഇനിയും വരണേ....."

പ്രഭു ഇതുകേട്ട് ശരിക്കും അമ്പരന്നു. "ഷിയെൻസുവിനെ കാണാതെ പോകാനോ? അതു പറ്റില്ല!" അദ്ദേഹം പറഞ്ഞു.

ഇതുകേട്ട് 'പരിചാരകൻ' പുഞ്ചിരിച്ചു. എന്നിട്ട് യോഷിയുടെ തോളിൽ കൈവച്ചുകൊണ്ട് അദ്ദേഹം പറഞ്ഞു: "സുഹൃത്തേ, ഞാൻ തന്നെയാണ് ഷിയെൻസു. ഇത്രനേരം താങ്കളെന്നെ കാണു കയുമായിരുന്നു! വേഷവും പ്രവൃത്തിയും നോക്കി ആളുകളെ വിലയിരുത്തുന്ന താങ്കൾക്കാണ് ശരിക്കും തെറ്റു പറ്റിയത്. അത്തരം മുൻവിധികളാണ് യഥാർത്ഥത്തിൽ ഓരോ മനുഷ്യ ന്റെയും മനസ്സിനെയും പെരുമാറ്റത്തെയും ദുഷിപ്പിക്കുന്നത്!"

അതുകേട്ട് ഒന്നും പറയാതെ തലകുനിച്ചു നിൽക്കാനേ യോഷിക്ക് കഴിഞ്ഞുള്ളു.

33

പൂച്ചയുടെ അതിബുദ്ധി

ഒരിടത്ത് വലിയ ഒരു ആൽമരമുണ്ടായിരുന്നു. ആലിന്റെ തടി യിൽ ഗുഹപോലെ വലിയ ഒരു പോടുണ്ട്. അതിനകത്താണ് തേജൻ എന്ന സന്യാസിയുടെ താമസം.

ഒരിക്കൽ ഒരു പൂച്ച ആലിന്റെ വേടുകൾക്കിടയിൽ താമസം തുടങ്ങി. സന്ന്യാസിക്ക് പലരും പലതരത്തിൽപ്പെട്ട ഭക്ഷണ പദാർത്ഥങ്ങളും കാഴ്ചവയ്ക്കും. അദ്ദേഹം അതിൽ കുറച്ച് പൂച്ചയ്ക്കു കൊടുക്കും. ഇതുകൂടാതെ, സന്ന്യാസിയില്ലാത്ത തക്കംനോക്കി പൂച്ച പലപ്പോഴും ഭക്ഷണം തട്ടിയെടുക്കുകയും ചെയ്യും.

പൂച്ച ഇങ്ങനെ സുഖമായി കഴിയുമ്പോഴാണ് ആലിന്റെ ഏറ്റവും മുകളിലെ കൊമ്പുകൾക്കിടയിൽ ഒരു പരുന്ത് കൂടുകൂട്ടി യത്. വൈകാതെ പരുന്തമ്മ അതിൽ മുട്ടകളിട്ടു. എന്നിട്ട് അവ വിരിയാനായി കാത്തിരിക്കാൻ തുടങ്ങി.

പൂച്ചയ്ക്ക് അതൊട്ടും ഇഷ്ടപ്പെട്ടില്ല. മുട്ടകൾ വിരിഞ്ഞു കഴി ഞ്ഞാൽ രണ്ടുമൂന്ന് പരുന്തിൻ കുഞ്ഞുങ്ങളുണ്ടാവും. അപ്പോൾ പരുന്തമ്മയ്ക്ക് അവയ്ക്കുവേണ്ട തീറ്റ കണ്ടെത്തണം. അതു കൊണ്ട് അത് താഴെവന്ന് സന്ന്യാസിയുടെ ഭക്ഷണം തട്ടിയെ ടുക്കും എന്ന കാര്യം ഉറപ്പാണ്! അപ്പോൾ തന്റെ കാര്യം പരു ങ്ങലിലാവുകയും ചെയ്യും!

പരുന്തിനെ ഓടിക്കാൻ പൂച്ച ഒരു വഴി കണ്ടെത്തി. ഒരുദി വസം അത് മരത്തിന്റെ മുകളിലേക്ക് അള്ളിപ്പിടിച്ചു കയറി. എന്നിട്ട് പരുന്തമ്മയോട് പറഞ്ഞു: "പരുന്തമ്മേ, ഈ മരത്തിന്റെ ഏറ്റവും താഴെ വലിയ ഒരു പോടുണ്ട്. മഹാദുഷ്ടനായ ഒരു വേട്ടക്കാ രനാ അതിൽ താമസം. കുറച്ചുകാലം കഴിഞ്ഞാൽ ഈ മരത്തിലെ ഇലകൾ പൊഴിയും. അപ്പോൾ അയാൾക്ക് നിന്നെ കാണാനാ വും. പിന്നത്തെ കഥ പറയേണ്ടല്ലോ!"

പരുന്തമ്മ ഇതുകേട്ട് ശരിക്കും പേടിച്ചു പോയി. അത് എങ്ങ നെയൊക്കെയോ ഏതാനും ദിവസം അവിടെ കഴിച്ചുകൂട്ടി. എന്നിട്ട് മുട്ടകൾ വിരിഞ്ഞപ്പോൾ വേഗം കുഞ്ഞുങ്ങളേയുംകൊണ്ട് ദൂരേക്ക് പറന്നുപോയി.

പൂച്ചയ്ക്ക് സന്തോഷമായി. ബുദ്ധിയോടെ താൻ ചെയ്ത ചതി പ്പണി വിജയിച്ചല്ലോ! എന്നാൽ പരുന്തു സ്ഥലം വിടുന്നതു കണ്ട് സന്തോഷിച്ച മറ്റൊരാൾ കൂടി അവിടെയുണ്ടായിരുന്നു. അതിന ടുത്തുള്ള ഒരു മാളത്തിൽ ഒളിച്ചു താമസിച്ചിരുന്ന ഒരു സർപ്പം! പരുന്തു പോയപ്പോൾ സർപ്പം വന്ന് പൂച്ചയുടെ അരികിലുള്ള കൊമ്പുകൾക്കിടയിലായി താമസം. സന്ന്യാസിക്കു കിട്ടുന്ന ഭക്ഷ ണവും പാലുമൊക്കെ സർപ്പം തട്ടിയെടുത്ത് കഴിക്കാൻ തുടങ്ങി.

താൻ കാണിച്ച അതിബുദ്ധി തനിക്കുതന്നെ വിനയായതായി പൂച്ചയ്ക്കു മനസ്സിലായി. അത് വേഗം സ്ഥലംവിട്ടു.

34

മാവിന്റെ മഹത്വം

വീരപുരത്തെ രാജാവ് മരിച്ചപ്പോൾ രാജകുമാരനായ ഉദ യൻ പുതിയ രാജാവായി അഭിഷേകം ചെയ്യപ്പെട്ടു. ചടങ്ങിൽ പങ്കെടുക്കാൻ വന്നവരെല്ലാം രാജകുമാരന്റെ ഗുണഗണങ്ങളെ വാഴ്ത്തി. "ചക്രവർത്തിയാവാൻ അങ്ങേയ്ക്കു കഴിയട്ടെ!", "നൂ റുകൊല്ലം രാജാവായിരിക്കാൻ ഭാഗ്യമുണ്ടാവട്ടെ!" എന്നും മറ്റും അനുഗ്രഹിക്കുകയും ചെയ്തു.

എന്നാൽ അക്കൂട്ടത്തിൽ ഒരു സന്ന്യാസി മാത്രം തന്നെ അനുഗ്രഹിച്ചിട്ടില്ലെന്ന കാര്യം ഉദയൻ ശ്രദ്ധിച്ചു. വൈകുന്നേരം ഉദയൻ ആ സന്ന്യാസി ധ്യാനിക്കുന്ന വൃക്ഷച്ചുവട്ടിൽ ചെന്നു. രാജാവിനെ സ്വീകരിച്ച് ഇരുത്തിയിട്ട് സന്ന്യാസി പറഞ്ഞു: "ഇ താ, ഈ മാവു പോലെയായിത്തീരാൻ അങ്ങേക്കു കഴിയട്ടെ!"

ഇതു കേട്ടപ്പോൾ ഉദയൻ ആദ്യമൊന്നമ്പരന്നു. "എന്ത്? എന്നെ അപമാനിക്കുന്നോ?" അദ്ദേഹം കോപത്തോടെ ചോദി ച്ചു.

"അല്ല പ്രഭോ" സന്ന്യാസി പുഞ്ചിരിയോടെ പറഞ്ഞു: "ഈ മാവിന്റെ മാഹാത്മ്യം മനുഷ്യരിൽ ആർക്കാണുള്ളത്? ഏവർക്കും തണൽ കൊടുത്തുകൊണ്ടാണ് ഇതിന്റെ നിൽപ്പ്. പക്ഷികൾക്കും അണ്ണാന്മാർക്കുമെല്ലാം അഭയസ്ഥാനമാണിത്. തീർന്നില്ല, തന്റെ മധുരമുള്ള ഫലം ഇത് ദാനം ചെയ്യുകയും ചെയ്യുന്നു. ഈ മാവി

നെപ്പോലെ പ്രജകൾക്കെല്ലാം താങ്ങും തണലുമാവാൻ അങ്ങേക്കു കഴിയട്ടെ എന്നാണു ഞാൻ ആഗ്രഹിച്ചത്!"

സന്ന്യാസിയുടെ വാക്കുകൾ ഉദയന്റെ കണ്ണു തുറപ്പിച്ചു. മാവി നെപ്പോലെ തന്നെ നല്ല കാര്യങ്ങൾ ചെയ്യാൻ താൻ ശ്രമിക്കു മെന്ന് അദ്ദേഹം പ്രതിജ്ഞയെടുത്തു.

35

പുത്തൻ കുടത്തിന്റെ അഹങ്കാരം

ഉത്തരേന്ത്യയിൽ ഒരിടത്ത് ഒരു കുന്നിൻ മുകളിൽ ഒരു ക്ഷേത്രമുണ്ടായിരുന്നു. അതിനടുത്തൊന്നും വെള്ളമുണ്ടായിരു ന്നില്ല. അതുകൊണ്ട് ആവശ്യമുള്ള വെള്ളം കുന്നിനു താഴെ യുള്ള കിണറ്റിൽനിന്നും കൊണ്ടുവരികയായിരുന്നു പതിവ്.

ഗിരിലാൽ എന്ന ഭക്തനായിരുന്നു വെള്ളം ചുമക്കുന്നയാൾ. അയാൾക്ക് രണ്ട് ചെമ്പുകുടങ്ങളുണ്ട് – ഒരു പഴയ കുടവും ഒരു പുത്തൻകുടവും. അതിൽ രണ്ടിലും വെള്ളം നിറച്ച്, ഒരു നീണ്ട മുളവടിയുടെ രണ്ടറ്റത്തും ഗിരിലാൽ തൂക്കിയിടും. എന്നിട്ട് അത് കഴുത്തിൽ ചുമന്ന് കുന്നുകയറി ക്ഷേത്രത്തിലെത്തും. ഇതായി രുന്നു പതിവ്.

പഴയ കുടത്തിന്റെ നടുവിൽ ഒരു ദ്വാരമുണ്ടായിരുന്നു. അതി ലൂടെ വെള്ളം എപ്പോഴും കുറേശ്ശെയായി പുറത്തേക്കു ഒഴുകി പ്പോകും. ഒടുവിൽ ക്ഷേത്രത്തിലെത്തുമ്പോഴേക്കും കുടത്തിൽ പകുതിയോളം വെള്ളമേ കാണൂ! ഇത് കാണുമ്പോൾ പൊട്ടിയ കുടത്തിന് എപ്പോഴും സങ്കടമാണ്. തനിക്ക് പകുതി വെള്ളമേ ദേവന് കൊടുക്കാൻ കഴിയുന്നുള്ളൂ!

എന്നാൽ, പുത്തൻകുടത്തിനാണെങ്കിലോ, ഇതുകണ്ട് അഹ ങ്കാരമാണുണ്ടാവുക. "ഓട്ടക്കുടത്തേക്കാൾ ഇരട്ടിവെള്ളമാ ഞാൻ ക്ഷേത്രത്തിലെത്തിക്കുന്നത്. അതുകൊണ്ട് ദേവന് കൂടുതലിഷ്ടം

എന്നോടു തന്നെയാവും, സംശയമില്ല!" ഇങ്ങനെ പറഞ്ഞ് ഒാട്ട
ക്കുടത്തിനെ കളിയാക്കാനും പുത്തൻകുടം മറക്കാറില്ല.

ഒരുനാൾ രാത്രി ക്ഷേത്രത്തിനകത്ത് ഒരു മൂലയിലിരിക്കുക
യായിരുന്നു രണ്ട് കുടങ്ങളും. തന്നെ ഈ ജോലിയിൽനിന്ന് ഒഴി
വാക്കണമെന്ന് പൊട്ടക്കുടം ഉള്ളുരുകി ദേവനോട് പ്രാർത്ഥിച്ചു.
അപ്പോൾ അശരീരിപോലെ ഒരു ശബ്ദം അവർ കേട്ടു: "മക്കളേ,
നാളെ വെള്ളവുമായി തിരികെ വരുമ്പോൾ വഴിയിൽ നിങ്ങൾ
അവരവരുടെ ഭാഗം ശ്രദ്ധിക്കണം. എന്തുകൊണ്ടാണ് പൊട്ടക്കു
ടത്തെ ഞാൻ മാറ്റാത്തതെന്ന് അപ്പോൾ അറിയാം!"

അവർക്ക് ഒന്നും മനസ്സിലായില്ല. ഏതായാലും ആ രാത്രി ക
ഴിഞ്ഞ് പിറ്റേന്ന് ഗിരിലാൽ വെള്ളവുമായി വരികയായിരുന്നു.
തലേന്നുകേട്ട അശരീരി ശബ്ദം നിർദ്ദേശിച്ചതുപോലെ കുടങ്ങൾ
വഴിയിൽ തങ്ങളുടെ വശത്തുനോക്കി. അതിൽ പുത്തൻകുട
ത്തിന്റെ ഭാഗത്ത് ഉരുളൻ കല്ലുകളും ചരലും മണ്ണുമല്ലാതെ മറ്റാ
ന്നുമുണ്ടായിരുന്നില്ല. പൊട്ടക്കുടത്തിന്റെ ഭാഗത്താവട്ടെ, പൂക്ക
ളുള്ള നിരവധി ചെടികൾ വളർന്നു നിന്നിരുന്നു! വളരെക്കാലം
വെള്ളം കുറേശ്ശെ താഴേക്കു വീണതിന്റെ ഫലം തന്നെ!

കുറവുകളുണ്ടെങ്കിലും അഹങ്കാരമില്ലാതെ ആത്മാർത്ഥമായി
ജോലി ചെയ്ത പൊട്ടക്കുടത്തിനാണ് വിടുവായനായ തന്നേക്കാൾ
മഹത്വമെന്ന് പുത്തൻ കുടത്തിന് മനസ്സിലായി. അതോടെ
അവന്റെ ഗർവ്വും ശമിച്ചു.

36

പുണ്യം ചെയ്ത മരം

പണ്ട് ജപ്പാനിൽ ഓഷിമോ എന്നൊരു പണ്ഡിതൻ ജീവിച്ചിരുന്നു. ധാരാളം ശിഷ്യന്മാരുള്ള ആളായിരുന്നു അദ്ദേഹം.

ഒരിക്കൽ ഓഷിമോ ശിഷ്യന്മാരോടൊപ്പം ഒരു തീർത്ഥയാത്രയ്ക്ക് പോവുകയായിരുന്നു. കുറേ ദൂരം ചെന്നപ്പോൾ കുറേപ്പേർ മരങ്ങൾ വെട്ടിമുറിക്കുന്നത് ഓഷിമോ കണ്ടു. ആകാശം മുട്ടെ നിൽക്കുന്ന ഒരു കൂറ്റൻ മരമൊഴിച്ച് മറ്റെല്ലാ മരവും വെട്ടിമുറിക്കാനുള്ള ഉത്സാഹത്തിലായിരുന്നു മരം വെട്ടുകാർ.

ഓഷിമോ നിശ്ശബ്ദനായി കുറേനേരം മരങ്ങൾ ഒന്നൊന്നായി മുറിഞ്ഞു വീഴുന്നത് നോക്കിനിന്നു. അപ്പോഴാണ് ഓഷിമോയ്ക്ക് ഒരു സംശയം തോന്നിയത് – ഇവർ ഏറ്റവും വലിയ മരം മാത്രം മുറിക്കാത്തതെന്താണ്? അല്പം കഴിഞ്ഞപ്പോൾ മരംവെട്ടുകാരുടെ നേതാവായ ഷോമോ അവിടെയെത്തി.

"നിങ്ങൾ എന്താണ് ആ വലിയ മരം മാത്രം വെട്ടിമുറിക്കാത്തത്?" ഓഷിമോ ചോദിച്ചു.

"വലിയ മരമാണെന്നതു ശരിതന്നെ. പക്ഷേ വയസ്സുചെന്ന് പടുകിഴവനായിക്കഴിഞ്ഞ ഈ മരംകൊണ്ട് ഒരു പ്രയോജനവുമില്ല. അതുകൊണ്ട് നല്ല മരസ്സാമാനങ്ങളൊന്നും ഉണ്ടാക്കാൻ പറ്റില്ല. മൂത്തു നരച്ച മരമായതുകൊണ്ട് വിറകിനും കൊള്ളില്ല. അതുകൊണ്ടാണ് ഞങ്ങൾ ആ മരം മാത്രം ബാക്കി വച്ചത്!"

ഷോമോയുടെ മറുപടി കേട്ട് ഓഷിമോ പുഞ്ചിരി തൂകി. എന്നിട്ട് ശിഷ്യന്മാരെ നോക്കി ഇങ്ങനെ പറഞ്ഞു: "അദ്ദേഹം പറഞ്ഞതു കേട്ടില്ലേ? അതുകേട്ടിട്ട് നിങ്ങൾക്ക് എന്തു തോന്നി?"

ശിഷ്യന്മാർ ഉത്തരം പറയാനാവാതെ പരസ്പരം നോക്കി. അപ്പോൾ ഓഷിമോ തുടർന്നു: "ഈ പ്രദേശത്ത് തണൽ തരാൻ ഇനി ആ കിഴവൻ മരം മാത്രമേയുള്ളൂ. ഒരു ഗുണവുമില്ലെന്ന് അയാൾ പറഞ്ഞ ആ മരമാണ് ഏറ്റവും പുണ്യം ചെയ്ത മരം. ഈ വഴി വരുന്ന നൂറുകണക്കിന് വഴിപോക്കർക്കും മൃഗങ്ങൾക്കും ഈ മരത്തണലിൽ വിശ്രമിക്കാം."

ഓഷിമോ ഒന്നു നിർത്തി. എന്നിട്ടു തുടർന്നു: "തീർന്നില്ല, മറ്റു മരങ്ങളിൽ കൂടുകൂട്ടിയിരുന്ന പക്ഷികൾക്കും അനവധി ജന്തു ക്കൾക്കും പാർക്കാനുള്ള ഇടവും ഈ കിഴവൻ മരത്തിലേയു ള്ളൂ. എന്നാൽ അതൊന്നും തിരിച്ചറിയാനുള്ള കഴിവ് മിക്ക മനു ഷ്യർക്കുമില്ല. മറ്റാർക്കെങ്കിലും കൊടുത്താൽ എന്തുവില കിട്ടും എന്നു മാത്രമേ അവർ ആലോചിക്കാറുള്ളൂ. നിങ്ങൾ ആ ഷോമോ യെപ്പോലെ ആവരുത്. വൃദ്ധനായിക്കഴിഞ്ഞിട്ടും പാർക്കാൻ ഇടവും തണലും നൽകുന്ന ആ മരത്തെപ്പോലെയാവണം!"

ഗുരു പറഞ്ഞത് എത്ര ശരിയാണെന്ന് ശിഷ്യന്മാർക്ക് മന സ്സിലായി.

37
യഥാർത്ഥ സമ്പത്ത്

ജപ്പാനിൽ പണ്ട് ഗമാമോട്ടോ എന്ന ഒരു പ്രഭു ഉണ്ടായിരു
ന്നു. പണവും സ്വർണവും മാത്രമല്ല, നാഴികകളോളം പരന്നു
കിടക്കുന്ന വയലുകളും തോട്ടങ്ങളുമുള്ള സമ്പന്നനായിരുന്നു
അയാൾ. അതെല്ലാം നോക്കിനടത്താനായി നിരവധി ആളുക
ളേയും അയാൾ കൊട്ടാരത്തിൽ പാർപ്പിച്ചിരുന്നു.

ഇത്രയും സമ്പാദ്യം ഉണ്ടാക്കാൻ കഴിഞ്ഞതിൽ വലിയ അഭി
മാനമായിരുന്നു പ്രഭുവിനുണ്ടായിരുന്നത് എന്നു പറയേണ്ടതില്ല
ല്ലോ. അതുകൊണ്ടുതന്നെ ഇടയ്ക്കിടെ അയാൾ ഇങ്ങനെ പറ
യും: "ഈ താഴ്‌വരയിൽ ഏറ്റവും പണമുള്ളയാൾ ഞാനാണ്.
അത് നിലനിർത്താനായി ദൈവം എന്നെ സഹായിക്കുമെന്നും
തീർച്ചയാണ്!"

ഗമാമോട്ടോ താമസിച്ചിരുന്നതിനടുത്ത് ഒരു ബുദ്ധദേവാലയം
ഉണ്ടായിരുന്നു. അതിനു മുന്നിൽ എന്നും ചുവന്ന
പൂക്കളുണ്ടാവുന്ന ഒരു വലിയ മരവും. ഒരിക്കൽ ആ മരം പൂക്കു
കയും കായ്ക്കുകയും ചെയ്യാതായി. അതുകണ്ടപ്പോൾ ആളു
കൾക്ക് സങ്കടം വന്നു. അവർ രാവും പകലുമിരുന്ന് പ്രത്യേക
പ്രാർത്ഥന നടത്തിനോക്കി. പക്ഷേ, മരം പൂത്തില്ല എന്നു മാത്രം.

അപ്പോഴാണ് ഒരുനാൾ ഗമാമോട്ടോ, രാത്രി ഒരു സ്വപ്നം
കണ്ടത്. സ്വപ്നത്തിൽ ദേവനെപ്പോലിരിക്കുന്ന ഒരാൾ ഗമാ

മോട്ടോയോടു പറഞ്ഞു: "ഗമാമോട്ടോ, താഴ്വരയിൽ ഏറ്റവും സമ്പന്നനായ ആൾ മരത്തിനു ചുറ്റും നടന്നാൽ മതി, ഉടനെ അതിൽ പൂക്കൾ നിറയും.

സ്വപ്നം കണ്ട് ഉണർന്ന ഗമാമോട്ടോയ്ക്ക് സന്തോഷമായി. അയാൾ താഴ്വരയിൽ എല്ലാവരേയും വിളിച്ചു വരുത്തി. എന്നിട്ട് താൻ കണ്ട സ്വപ്നത്തെക്കുറിച്ച് പറഞ്ഞു:

ഗമാമോട്ടോ തന്നെയാണ് അതിനു പറ്റിയ ആളെന്ന് എല്ലാ വർക്കും തീർച്ചയായിരുന്നു. അതുകേട്ടപ്പോൾ സന്തോഷംകൊണ്ട് അയാളുടെ കണ്ണുകൾ തിളങ്ങി. എന്നിട്ട്, ദൈവത്തെ മനസ്സിൽ ധ്യാനിച്ച് ഗമാമോട്ടോ മരത്തിനു ചുറ്റും നടന്നു.

എന്നാൽ, യാതൊന്നും സംഭവിച്ചില്ല!

ഗമാമോട്ടോ നിരാശനായി. എങ്കിലും അതൊന്നും പുറത്തു പ്രകടിപ്പിക്കാതെ അയാൾ പറഞ്ഞു: "ഹും, സ്വപ്നത്തിൽ കാണു ന്നതൊന്നും എപ്പോഴും ഫലിക്കണമെന്നില്ല. എങ്കിലും ഞാൻ വെറുതെ അതൊന്നു പരീക്ഷിച്ചു നോക്കിയെന്നുമാത്രം!"

ഗമാമോട്ടോയ്ക്ക് വൃദ്ധനായ ഒരു തോട്ടക്കാരനുണ്ടായിരു ന്നു. യാതൊരു മുറുമുറുപ്പുമില്ലാതെ എപ്പോഴും പണിയെടുക്കുന്ന അയാളെ എല്ലാവർക്കും വളരെ കാര്യമായിരുന്നു. ഒരു ദിവസം ദേവാലയത്തിലെത്തിയ തോട്ടക്കാരൻ വെറുതെ ആ മരത്തിനു ചുറ്റും ഒരുവട്ടം നടന്നു. അടുത്ത നിമിഷം അതിൽ നിറയെ പൂക്കൾ വിടർന്നു!

ഇക്കാര്യം ഗമാമോട്ടോയും അറിഞ്ഞു. അയാൾ അവിടെ ഓടി യെത്തി. അപ്പോഴാണ് അയാൾക്ക് മനസ്സിലായത്-സ്വാർത്ഥതയി ല്ലാതെ പരോപകാരം ചെയ്തു കഴിയുന്നവനാണ് യഥാർത്ഥ സമ്പ ന്നൻ എന്ന്! ലജ്ജയോടെ തലകുനിച്ച് അയാൾ വൃദ്ധനെ വണ ങ്ങി.

38

അവസാനത്തെ പരീക്ഷ

പണ്ടുപണ്ടാണ്. ഒരു ഗുരുകുലത്തിൽ കുറേ കുട്ടികൾ വിദ്യ അഭ്യസിച്ചിരുന്നു. അവരിൽ മൂന്നു കുട്ടികൾ നല്ല മിടുക്കന്മാരാ യിരുന്നു. സാഗരൻ, രംഗൻ, സത്യൻ എന്നിങ്ങനെയായിരുന്നു അവരുടെ പേരുകൾ.

ആ വർഷത്തെ പരീക്ഷ കഴിഞ്ഞു. ശിഷ്യന്മാരെല്ലാം ഗുരു വിനോട് യാത്ര പറഞ്ഞ് തങ്ങളുടെ വീട്ടിലേക്ക് പോകാൻ ഒരുങ്ങി. അപ്പോൾ ഗുരു മിടുക്കരായ ആ മൂന്നു കുട്ടികളെ അടുത്തു വി ളിച്ചിട്ടു പറഞ്ഞു:

"കുട്ടികളേ, നിങ്ങളുടെ അവസാന പരീക്ഷ നടക്കാനിരിക്കു ന്നതേയുള്ളൂ. എങ്കിലും ഇപ്പോൾ നിങ്ങൾ പോയി വരൂ!"

ഗുരു പറഞ്ഞതിന്റെ അർത്ഥം അവർക്ക് മനസ്സിലായില്ല. എങ്കിലും നേരം വൈകിത്തുടങ്ങിയതുകൊണ്ട് അവർ മൂവരും വേഗം യാത്രയായി.

ഒരു വലിയ കാട്ടിലൂടെ വേണമായിരുന്നു അവർക്ക് തങ്ങ ളുടെ ഗ്രാമത്തിലെത്താൻ. വന്യമൃഗങ്ങൾ നിറഞ്ഞ ആ കാട്ടിലെ ത്തിയപ്പോൾ സാഗരൻ പറഞ്ഞു: "കൂട്ടുകാരേ, നമുക്ക് വേഗം കടക്കാം. എന്നാലേ ഇരുട്ടുന്നതിനു മുമ്പ് വീട്ടിലെത്താനാവൂ!"

അപ്പോഴാണ് അവരതു കണ്ടത്: വഴിമുടക്കിക്കൊണ്ട് മുന്നിലെ കാട്ടുവഴിയിൽ നിറയെ മുള്ളുകൾ!

രംഗൻ ഒരു കണക്കിന് മുള്ളുകൾ ചാടിക്കടന്ന് അപ്പുറത്തെ
ത്തി. സത്യൻ മറ്റൊരു വഴിയിലൂടെ രംഗനോടൊപ്പം ചേർന്നു.
എന്നാൽ സാഗരനാവട്ടെ, വഴിയിലെ മുള്ളെല്ലാം ഓരോന്നായെ
ടുത്ത് ആഴമുള്ള ഒരു കുഴിയിലേക്കിടാൻ തുടങ്ങി. ഇതു കണ്ട
പ്പോൾ മറ്റു രണ്ടുപേർക്കും ചിരി വന്നു.

"ഹേയ് മണ്ടച്ചാരേ, താനെന്താ ചെയ്യുന്നത്? ഇക്കണ്ട
മുള്ളെല്ലാംപെറുക്കിക്കളഞ്ഞ് ഇപ്പുറത്തേക്ക് കടക്കാനാണോ
ശ്രമം? അതു തീരുമ്പോഴേക്കും നേരം പാതിരയാവും! ഹി! ഹി!"

അപ്പോൾ സാഗരൻ പറഞ്ഞു: "ഗ്രാമത്തിലേക്കുള്ള ഒരേ
യൊരു വഴിയാണ് ഇത്. രാത്രി ഈ വഴി വരുന്ന ആരുടെയെ
ങ്കിലും കാലിൽ ഈ മുള്ളുകൾ തറച്ചു കയറും! അതുകൊണ്ട്
ഞാനിതെല്ലാം കളഞ്ഞിട്ടേ വരുന്നുള്ളൂ!"

അപ്പോഴാണ് ഒരാൾ അവിടെയെത്തിയത്. അതവരുടെ ഗുരു
വായിരുന്നു! "കുട്ടികളേ, ഈ വഴിയിൽ മുള്ളുകൾ നിറച്ചത് ഞാൻ
തന്നെയായിരുന്നു. അവസാനമായി നിങ്ങളെ ഒന്നു പരീക്ഷി
ക്കാൻ! പരീക്ഷയിൽ സാഗരനു മാത്രമേ വിജയിക്കാൻ കഴിഞ്ഞു
ള്ളൂ!" ഗുരു പറഞ്ഞു.

മൂന്നുപേരും കാര്യം മനസ്സിലാവാതെ നിന്നു. അപ്പോൾ
അദ്ദേഹം തുടർന്നു: "മറ്റുള്ളവർക്കുവേണ്ടി വഴിയിലെ മുള്ളുകൾ
എടുത്തു മാറ്റുന്നയാളേക്കാൾ പരോപകാരിയായി മറ്റാരുണ്ട്? ആ
പ്രവൃത്തി വഴിയിൽ പൂക്കൾ വിതറുന്നതിനു തുല്യമാണ്.
എന്നാൽ മുള്ളുകൾ കണ്ടിട്ടും അതിനെ അവഗണിക്കുന്നവരാ
കട്ടെ, പൂക്കൾക്കു പകരം മുള്ളു വിതറുന്നവരെപ്പോലെയാണ്!"

രംഗനും സത്യനും ലജ്ജിച്ച് തലതാഴ്ത്തി.

39
പല വിദ്യകൾ ഒരുമിച്ച്!

ജപ്പാനിലെ രാജകുമാരനായിരുന്നു തനുഷി. ആയോധനക ലകളിൽ അദ്വിതീയനായ ഹിതോത്സുവിന്റെ കീഴിലാണ് അവൻ പഠിച്ചിരുന്നത്.

തനുഷിയുടെ ഗുരുനാഥനായ ഹിതോത്സുവിന് ഒരു പ്രത്യേ കതയുണ്ട്. എല്ലാ ആയുധവിദ്യകളും ഒരുമിച്ചാണ് അദ്ദേഹം പഠി പ്പിക്കുക! അതോടൊപ്പം തന്നെ പുരാണങ്ങളും ശാസ്ത്രങ്ങളു മൊക്കെ പറഞ്ഞുകൊടുക്കുകയും ചെയ്യും. എങ്കിൽ മാത്രമേ ശിഷ്യൻ എല്ലാ ഗുണങ്ങളും തികഞ്ഞ ഒരാളായി വളരൂ എന്നാ യിരുന്നു അദ്ദേഹത്തിന്റെ വിശ്വാസം.

എന്നാൽ ഗുരു പഠിപ്പിക്കുന്ന കാര്യങ്ങളെല്ലാം മനസ്സിലാ ക്കാനും ഓർത്തുവയ്ക്കാനും തനുഷി നന്നേ വിഷമിച്ചു. സഹി കെട്ട അവൻ ഒടുവിൽ ഇക്കാര്യം അദ്ദേഹത്തോട് തുറന്നടിക്കാനും മറന്നില്ല.

"ഗുരോ" തനുഷി പറഞ്ഞു: "എല്ലാ വിദ്യകളും ഒന്നിച്ചു പഠി ക്കാൻ എനിക്കു പറ്റില്ല. ഒന്നിന്റെ ഇടയിൽ തന്നെ മറ്റൊന്നുകൂടി പഠിക്കുമ്പോൾ രണ്ടും എനിക്ക് മനസ്സിലാക്കാൻ കഴിയില്ല!"

ഇതുകേട്ട് ഹിതോത്സു പുഞ്ചിരിച്ചു. എന്നിട്ട് അദ്ദേഹം വലിയ ഒരു സ്ഫടികപ്പാത്രമെടുത്ത് തനുഷിയുടെ മുന്നിൽ വച്ചു. അതിനുശേഷം അതിൽ നിറയെ കല്ലുകൾ എടുത്തിടാൻ അദ്ദേഹം

ശിഷ്യനോട് പറഞ്ഞു.

തനുഷി അനുസരിച്ചു. പാത്രത്തിൽ നിറയെ കല്ലുകൾ നിറ
ഞ്ഞപ്പോൾ ഹിതോത്സു ചോദിച്ചു: "ഇനി എന്തെങ്കിലും അതിൽ
കൊള്ളുമോ?"

"ഇല്ല ഗുരോ. പാത്രം നിറഞ്ഞുകഴിഞ്ഞു!" തനുഷി മറുപടി
നൽകി.

"എങ്കിൽ ഇതാ ഈ മണലെടുത്ത് അതിൽ നിറച്ചുനോക്കൂ."
ഹിതോത്സു കുറച്ച് മണലെടുത്ത് ശിഷ്യന് നീട്ടിക്കൊണ്ട് പറ
ഞ്ഞു.

തനുഷി അതുപോലെ ചെയ്തു. കല്ലുകൾക്കിടയിലെ ചെറിയ
വിടവുകളിലേക്കിറങ്ങിയ മണൽ ഒടുവിൽ പാത്രത്തിൽ നിറഞ്ഞു.
അപ്പോൾ ഗുരു വീണ്ടും ചോദിച്ചു: "ഇനി എന്തെങ്കിലും അതിൽ
കൊള്ളുമോ?"

തനുഷി ഇല്ലെന്നു തല കുലുക്കി. അപ്പോൾ ഹിതോത്സു
ഒരു പാത്രത്തിൽ കുറച്ച് വെള്ളം കൊണ്ടുവന്നു. എന്നിട്ട് വെള്ള
മെടുത്ത് കല്ലും മണലുമുള്ള പാത്രത്തിലേക്കൊഴിച്ചു. കല്ലിനും
മണലിനും ഇടയിലേക്കിറങ്ങിയ വെള്ളം പാത്രത്തിൽ നിറഞ്ഞ
പ്പോൾ അദ്ദേഹം ചോദിച്ചു: "ഇപ്പോൾ ഈ പാത്രത്തിൽ എന്തെ
ല്ലാമുണ്ട്?"

"കല്ലും മണലും ജലവും!" തനുഷി പറഞ്ഞു.

ഹിതോത്സു, കുമാരന്റെ ചുമലിൽ കൈവെച്ചിട്ടു പറഞ്ഞു:

"അതുപോലെയാണു കുമാരാ പഠിപ്പിന്റെ കാര്യവും. എല്ലാ
കാര്യങ്ങളും ഒരുമിച്ച് മനസ്സിലാക്കാൻ കഴിയില്ലെന്ന് നമുക്കു
തോന്നുമെന്നേയുള്ളൂ. എന്നാൽ വേണ്ട രീതിയിൽ അവ ഓരോ
ന്നിനേയും ഉൾക്കൊള്ളാൻ ശ്രമിച്ചാൽ എല്ലാ വിദ്യകളും സ്വായ
ത്തമാക്കാൻ ആർക്കും കഴിയും!"

ഗുരുവിന്റെ വാക്കുകൾ തനുഷിയുടെ കണ്ണുകൾ തുറപ്പിച്ചു.
അന്നുമുതൽ അവൻ നന്നായി പഠിക്കാൻ തുടങ്ങി. ഓരോ വിഷ
യത്തിലും സമർത്ഥനായിത്തീരുകയും ചെയ്തു.

40
കൂടിന്റെ വൃത്തി

ഒരു കാട്ടിൽ സ്വന്തമായി കൂടില്ലാത്ത, സുന്ദരനായ ഒരു പഞ്ച വർണ്ണക്കിളിയുണ്ടായിരുന്നു. മറ്റു പക്ഷികൾ ഉപേക്ഷിച്ചുപോയ കൂട്ടിലാണ് അവൻ താമസിച്ചിരുന്നത്.

പക്ഷേ, ഏത് കൂട്ടിൽ ചെന്നാലും നാലഞ്ചുദിവസം കഴിയു മ്പോഴേക്കും അവനുതോന്നും: "ഛെ, എന്തൊരു ദുർഗ്ഗന്ധം! എത്ര അലങ്കോലമായിട്ടാണ് ഈ വീട് കിടക്കുന്നത്!" അങ്ങനെ ആ കൂടുപേക്ഷിച്ച് അവൻ സ്ഥലം വിടും. ഇങ്ങനെ കൂടുമാറി കൂടു മാറി അവൻ ഒരു മൂങ്ങയുടെ അടുത്തെത്തി. പഞ്ചവർണ്ണക്കിളി യുടെ കഥ കേട്ട് മൂങ്ങ പറഞ്ഞു: "ചങ്ങാതീ, നീയിനി എന്റെ കൂട്ടിൽ താമസിച്ചോളൂ!"

പഞ്ചവർണ്ണക്കിളി സമ്മതിച്ചു. അവൻ അവിടെ താമസവും തുടങ്ങി. എന്നാൽ കുറേ ദിവസം കഴിഞ്ഞിട്ടും അവന് കൂട്ടിൽ ദുർഗ്ഗന്ധം തോന്നിയില്ല. കൂടിന്റെ വൃത്തി കണ്ട് പഞ്ചവർണ്ണക്കിളി മൂങ്ങയെ പ്രശംസിച്ചു: "ഈ കാട്ടിൽ നിനക്കാണ് ശരിക്കും കൂടു ണ്ടാക്കാനറിയാവുന്നത്. എപ്പോഴും എന്തൊരു വൃത്തി. ദുർഗ്ഗ ന്ധമാവട്ടെ, ലവലേശമില്ല താനും!"

അപ്പോൾ മൂങ്ങ ചിരിച്ചുകൊണ്ട് പറഞ്ഞു: "ചങ്ങാതീ, എന്റെ കൂട് ഞാനെന്നും വൃത്തിയാക്കാറുണ്ട്. സുന്ദരനാണെങ്കിലും ഒരു കൂട്ടിൽ ചെന്നാലും നീയതു വൃത്തിയാക്കാറില്ല. അതുകൊണ്ടാണ്

നീ താമസിച്ച കൂടുകളെല്ലാം ദുർഗ്ഗന്ധമുള്ളതായി മാറിയത്!"
പഞ്ചവർണ്ണക്കിളിക്ക് തന്റെ തെറ്റു മനസ്സിലായി. അന്നു മു
തൽ അവൻ കൂടു വൃത്തിയാക്കാൻ തുടങ്ങി.

41

എല്ലാം നല്ലതിന്

പണ്ടുപണ്ട് വിയറ്റ്നാമിൽ സുനാതു എന്നൊരു പണ്ഡിത നുണ്ടായിരുന്നു. അതീവ ഭക്തനായ അദ്ദേഹം ഗ്രാമങ്ങൾതോറും സഞ്ചരിക്കുക പതിവാണ്. രാത്രിയിൽ വായിക്കാൻ ഒരു കൊച്ചുവിളക്കും, കൂവിയുണർത്താൻ ഒരു പൂവൻ കോഴിയും സഞ്ചരിക്കാൻ ഒരു കഴുതയും മാത്രമായിരുന്നു സുനാതുവിനു ണ്ടായിരുന്നത്. പിന്നെ അൽപ്പം ധനവും.

ഒരിക്കൽ സുനാതു ദൂരെ കാടിനരികിലുള്ള ഒരു ഗ്രാമത്തി ലെത്തി. ഗ്രാമീണരോട് രാത്രി കഴിച്ചുകൂട്ടാൻ അദ്ദേഹം ഇടം ചോദിച്ചു. പക്ഷേ, ആരും സുനാതുവിനെ വീട്ടിൽ കയറ്റിയില്ല.

യാത്രാക്ഷീണം കാരണം തളർന്നുപോയ സുനാതു കാടി നോടു ചേർന്ന് ഒരു മരത്തിൽ തന്റെ കഴുതയെ കെട്ടിയിട്ടു. കോഴിയെ ഒരു മരക്കൊമ്പിലുമിരുത്തി. എന്നിട്ട് അതിനടുത്തുള്ള ഒരു പാറപ്പുറത്ത് കയറിക്കിടക്കുകയും ചെയ്തു. എന്നാൽ, പേടി കാരണം സുനാതുവിന് ഉറക്കം വന്നില്ല. അതുകൊണ്ട് അദ്ദേഹം തന്റെ കൊച്ചുവിളക്കു കത്തിക്കാൻ ശ്രമിച്ചു. പക്ഷേ, ഓരോ തവ ണയും കാറ്റുവീശി അത് കെട്ടുപോയി.

ഒടുവിൽ എപ്പോഴോ സുനാതു ഉറങ്ങി. എന്നാൽ രാവിലെ ഉണർന്നപ്പോൾ അദ്ദേഹം ഞെട്ടിപ്പോയി. കാരണം, തന്റെ കഴുത യേയും കോഴിയേയും കാണാനില്ല!

അപ്പോഴാണ് മരച്ചുവട്ടിൽ ഒരു കടുവയുടെ കാൽപ്പാടുകൾ സുനാതു കണ്ടത്. കഴുതയെ കടുവ പിടിച്ചു കൊണ്ടുപോയതാ വാം എന്ന് അദ്ദേഹം ഊഹിച്ചു. അതു കണ്ടുപേടിച്ച് കോഴി പറ ന്നു പോയിരിക്കുമെന്നും!

തനിക്കുണ്ടായ നിർഭാഗ്യമോർത്തപ്പോൾ സുനാതുവിന് ശരിക്കും സങ്കടം വന്നു.

"കഷ്ടം! ഇത്രനാളും നല്ലതു മാത്രം ചെയ്തതിന്റെ ഫലം ഇതാണോ?" അദ്ദേഹം ആരോടെന്നില്ലാതെ ഉറക്കെ പറഞ്ഞു: "ദൈവം എന്തു ക്രൂരതയാണ് എന്നോടു കാട്ടിയത്!"

അപ്പോഴാണ് ഒരു വൃദ്ധൻ ആ വഴി വന്നത്. എന്താണ് കാര്യ മെന്ന് അയാൾ സുനാതുവിനോട് തിരക്കി.

കഥ മുഴുവൻ കേട്ടുകഴിഞ്ഞപ്പോൾ വൃദ്ധൻ പുഞ്ചിരിച്ചു: "സഹോദരാ, ഗ്രാമത്തിൽ ഇടംകിട്ടാതിരുന്നതിനും വിളക്കു കെട്ട തിനും കോഴിയും കഴുതയും നഷ്ടമായതിനുമൊക്കെ കാരണ ക്കാരൻ ദൈവമാണെന്ന് നിങ്ങൾ കരുതുന്നു. എന്നാൽ ദൈവം അങ്ങനെ ചെയ്‌തെങ്കിൽ അത് താങ്കളുടെ നന്മയ്ക്കായിരുന്നു എന്നു മാത്രം!"

"ഭേ, അതെങ്ങനെ?" അത്ഭുതമടക്കാൻ സുനാതുവിന് കഴി ഞ്ഞില്ല.

"അതെ. ഇന്നലെ രാത്രി ഗ്രാമത്തിൽ കൊള്ളക്കാരുടെ ആക്ര മണമുണ്ടായി. വീടുകളെല്ലാം അവർ കൊള്ളയടിച്ചു. നിങ്ങൾ അവിടെ ഉറങ്ങിയിരുന്നെങ്കിലോ?" വൃദ്ധൻ ചോദിച്ചു. എന്നിട്ടു തുടർന്നു:

"അതുപോലെ വിളക്കു കെട്ടതും കോഴിയും കഴുതയും നഷ്ട പ്പെട്ടതും നന്നായി. വിളക്കുണ്ടായിരുന്നെങ്കിൽ കൊള്ളക്കാർ നിങ്ങളെ കാണുമെന്ന് ഉറപ്പല്ലേ? കോഴി കൂവുകയും കഴുത കര യുകയും ചെയ്തിരുന്നെങ്കിലും കൊള്ളക്കാരുടെ ശ്രദ്ധ നിങ്ങളി ലേക്ക് തിരിഞ്ഞേനെ. നമ്മെ ദുഃഖിപ്പിക്കുന്ന ഓരോ സംഭവ ത്തിനും ഒരു നല്ല വശം ഉണ്ടാകും. അതോർത്ത് സമാധാനിക്കു കയല്ലേ വേണ്ടത്!"

വൃദ്ധന്റെ വാക്കുകൾ സുനാതുവിന്റെ കണ്ണു തുറപ്പിച്ചു.

42

ഒരു മരത്തിന്റെ അന്ത്യം

ഒരു കുന്നിൻമുകളിൽ ഒരു വടവൃക്ഷമുണ്ടായിരുന്നു. പടർന്നു പന്തലിച്ച വേടുകൾ താഴേക്കിറങ്ങിയ വലിയ ഒരു മരം തന്നെ. അതിനു താഴെ മറ്റൊരു കൊച്ചുമരം വളർന്നു വരാൻ തുടങ്ങി. അധികം വെയിലും മഴയും കാറ്റുമൊന്നുമേൽക്കാതെ വടവൃക്ഷം അതിനെ സംരക്ഷിച്ചു.

എന്നാൽ, ചെറിയ മരത്തിന് ഇതൊട്ടും ഇഷ്ടമായില്ല. 'ഹൊ, തല ശരിക്കൊന്നുയർത്താൻപോലും ഈ കിഴവൻ മരം സമ്മതി ക്കില്ല! എത്രയും വേഗം ഈ തന്തമരം നശിച്ചുപോയെങ്കിൽ....!' അത് ഇടയ്ക്കിടെ മനസ്സിൽ പ്രാർത്ഥിക്കും.

ഒരുനാൾ കുറെ മരംവെട്ടുകാർ ആ വഴി വന്നു. വടവൃക്ഷ ത്തിന്റെ തടി അവർ പരിശോധിച്ചു. എന്നിട്ടവർ പണിപ്പെട്ട് ആ വലിയമരം മുറിച്ചിട്ടു.

കൊച്ചുമരത്തിന് സന്തോഷമായി. ഇനി ഒറ്റയ്ക്കങ്ങനെ തല യുയർത്തിനിൽക്കാമല്ലോ!

ദിവസങ്ങൾ കഴിഞ്ഞു. ഒരുദിവസം രാത്രി ഭയങ്കരമായ കാറ്റും മഴയും വന്നെത്തി. മഴവെള്ളം വീണ് ചുറ്റുമുള്ള മണ്ണ് നാലുവശ ത്തേക്കും ഒലിച്ചുപോയി. കാറ്റിൽപ്പെട്ട് ചെറിയ മരം ആടിയുല ഞ്ഞു. അതിനെ പിടിച്ചുനിർത്താൻ ആരും ഉണ്ടായില്ല.

വൈകാതെ ആ ചെറിയ മരം കടപുഴകി വീണു.

43

ഇടതുകൈയുടെ ശക്തി

പണ്ട് ജപ്പാനിൽ നാകോഷി എന്നൊരു യുവാവുണ്ടായിരു ന്നു. വാൾപ്പയറ്റിൽ അതിസമർത്ഥനായിരുന്നു അയാൾ. ഒരിക്കൽ നാകോഷിക്ക് ഒരപകടം പറ്റി. ചെങ്കുത്തായ ഒരു പാറക്കെട്ടിലൂടെ പോകുമ്പോൾ കാൽ തെറ്റി താഴെ വീണു. നാകോഷിയുടെ വല തു കൈ ഒടിയുകയും ചെയ്തു.

വാൾപ്പയറ്റു നടത്തുമ്പോൾ തന്റെ കരുത്ത് മുഴുവൻ വലം കൈയിലായിരുന്നു. ആ കൈയാണ് നഷ്ടപ്പെട്ടത്! നാകോഷി സങ്കടത്തോടെ ഗുരുവായ തസാക്കിയുടെ അടുത്തേക്കുപോയി. അയാൾ സംഭവിച്ചതെല്ലാം തസാക്കിയെ പറഞ്ഞു കേൾപ്പിച്ചു: " ഗുരോ, ഞാൻ വാൾപ്പയറ്റു നടത്തിയാണ് ഇത്രയും നാളും ജീവി ച്ചത്. ഇനിയെന്നെ ആരും വാൾപ്പയറ്റു മത്സരത്തിനു വിളിക്കില്ല. വലതു കൈ പഴയപോലെ ആവാനാണെങ്കിൽ ഇനി ഏറെക്കാലം പിടിക്കുകയും ചെയ്യും." നാകോഷി കണ്ണീരൊലിപ്പിച്ചുകൊണ്ടു പറഞ്ഞു.

തസാക്കി പുഞ്ചിരിച്ചു. എന്നിട്ടു പറഞ്ഞു: "നാകോഷീ, പ്രതി കൂല സാഹചര്യങ്ങളെ അനുകൂലമാക്കി മാറ്റുന്നവരാണ് ജീവി തത്തിൽ വിജയം വരിക്കുന്നത്. നീ കുറേനാൾ എന്നോടൊപ്പം നിൽക്കൂ. നിന്റെ വലതുകൈയിനു കഴിയുന്നതെന്തും ഇടതു കൈയിനും ചെയ്യാനാവും. ഞാനതു പഠിപ്പിക്കാം."

അങ്ങനെ തസാക്കി നാകോഷിയെ ഇടതുകൈ കൊണ്ടു പയറ്റാൻ പഠിപ്പിച്ചു തുടങ്ങി. വൈകാതെ നാകോഷി ഇടതുകൈ കൊണ്ട് പയറ്റാൻ വളരെ എളുപ്പത്തിൽ പഠിച്ചു.

അങ്ങനെയിരിക്കേ, രാജകൊട്ടാരത്തിൽ വാൾപ്പയറ്റു മത്സരം വന്നു. നിരവധി വീരന്മാർ മത്സരത്തിൽ പങ്കെടുക്കാനെത്തി. നിര വധി മല്ലന്മാർ പങ്കെടുത്തെങ്കിലും ലിയാങ്ദ് എന്നൊരു വീരൻ എല്ലാവരേയും തോല്പിച്ച് വിജയിയായി.

"ലിയാങ്ങിനെ നേരിടാൻ ഇവിടെയാരെങ്കിലുമുണ്ടോ? ഇല്ലെ ങ്കിലിതാ വാൾപ്പയറ്റു വീരനുള്ള പട്ടം ലിയാങ്ങിനു നൽകാൻ പോവുകയാണ്" രാജാവ് പ്രഖ്യാപിച്ചു.

അതുകേട്ട് തസാക്കി ചാടിയെഴുന്നേറ്റു: "പ്രഭോ, ദയവായി എന്റെ ശിഷ്യന് ഒരവസരം നൽകണേ!"

രാജാവ് അത് സമ്മതിച്ചു. പക്ഷേ, ഗുരു പറഞ്ഞതുകേട്ട് നാകോഷി ഞെട്ടിപ്പോയി. അപ്പോൾ തസാക്കി പുഞ്ചിരിച്ചുകൊണ്ട് നാകോഷിയുടെ അടുത്തുചെന്നു. എന്നിട്ട് അയാളുടെ കാതിൽ സ്വകാര്യമായി പറഞ്ഞു:

"നാകോഷീ, ലിയാങ്ങിനെ തോൽപ്പിക്കാൻ നിനക്കു കഴി യും. എതിരാളി വലംകൈകൊണ്ട് വെട്ടുന്നത് തടയാനാണ് അയാൾക്കു മിടുക്ക് കൂടുതൽ. ഇടംകൈകൊണ്ട് ശത്രു വെട്ടുന്ന വെട്ടുകൾ തടുത്ത് അയാൾക്ക് പരിചയമില്ല. ഈ സാഹചര്യ ത്തിൽ നിനക്കെളുപ്പം വിജയിക്കാം!"

തുടർന്ന് ലിയാങ്ങും നാകോഷിയും തമ്മിൽ പൊരിഞ്ഞ വാൾപ്പയറ്റു നടന്നു. പക്ഷേ, ആ പയറ്റ് ഏറെനേരം നീണ്ടുനി ന്നില്ല. അതിനുമുമ്പേ നാകോഷിയുടെ ഇടംകൈകൊണ്ടുള്ള വെട്ടുകൾ ശരിക്കു തടുക്കാനാവാതെ ലിയാങ് പതറിപ്പോയി. വൈകാതെ അയാൾ തോൽക്കുകയും, നാകോഷിക്ക് ഏറ്റവും നല്ല വാൾപ്പയറ്റു വീരനുള്ള ബഹുമതി രാജാവ് സമ്മാനിക്കു കയും ചെയ്തു.

44

ധൈര്യത്തിന്റെ രഹസ്യം

ചിത്രപുരത്ത് പണ്ട് സൂര്യദത്തൻ എന്നൊരു രാജകുമാരനു ണ്ടായിരുന്നു. പഠിപ്പിലും കായികാഭ്യാസത്തിലും മിടുമിടുക്കനാ യിരുന്നു അവൻ. പക്ഷേ, കുമാരന് സ്വന്തം കഴിവിലും ശക്തി യിലും ഒട്ടും വിശ്വാസമില്ല എന്നുമാത്രം. അതുകൊണ്ട് എപ്പോഴും പേടിച്ചു പതുങ്ങിയിരിക്കുകയേ അവൻ പതിവുള്ളൂ.

പേടിത്തൊണ്ടനായി വളരുന്ന സൂര്യകുമാരനെയോർത്ത് അച്ഛ നായ ചിത്രദത്തരാജാവ് സങ്കടപ്പെട്ടു. അടുത്ത രാജാവാകേണ്ട യാളല്ലേ സൂര്യദത്തൻ? ശത്രുക്കൾ ആക്രമിക്കാൻ വരുമ്പോഴെ ങ്കിലും ധീരതയോടെ സൈന്യത്തെ നയിക്കാൻ കഴിഞ്ഞില്ലെങ്കിൽ എന്തു കാര്യം?

അങ്ങനെയിരിക്കേ മാതംഗൻ എന്ന ബുദ്ധ സന്ന്യാസി രാജാ വിനെ കാണാനെത്തി. രാജാവ് മാതംഗനോട് കുമാരന്റെ പേടി യെക്കുറിച്ചു പറഞ്ഞു. മാതംഗൻ അൽപ്പനേരം ആലോചിച്ചു. എന്നിട്ട് കുമാരനെ അടുത്തേക്കു വിളിച്ചു: "കുമാരാ, നിനക്ക് നിന്റെ പേടിയൊക്കെ മാറണമെന്നില്ലേ? അതിനു പറ്റിയ അപൂർവ്വമായ ഒരു ഔഷധം കാട്ടിലുണ്ട്. ആർക്കാണോ വേണ്ട ത്, അയാൾ തന്നെ ഒറ്റയ്ക്കുപോയി അതുകൊണ്ടു വരണമെന്നു മാത്രം!"

പേടിമാറാനുള്ള മരുന്നുണ്ടെന്നു കേട്ടപ്പോൾ കുമാരനു

സന്തോഷമായി. പക്ഷേ, തനിയെ കാട്ടിൽ പോകണമെന്നോർത്ത പ്പോൾ പേടിയും. അതു കണ്ടപ്പോൾ മാതംഗൻ ഒരു വടി കുമാ രനു നൽകിക്കൊണ്ടു പറഞ്ഞു: "കാട്ടിൽ പോകുന്ന കാര്യ മോർത്തു പേടിക്കേണ്ട. ഇതാ, മാന്ത്രികശക്തിയുള്ള ഈ വടി കൈയിൽ വച്ചാൽ മതി!"

സൂര്യദത്തൻ സമ്മതിച്ചു. അവൻ ഉടനെ കാട്ടിലേക്കു പുറ പ്പെട്ടു. ക്രൂരമൃഗങ്ങളുടെ ശബ്ദം കേട്ടുകൊണ്ട് കാട്ടിലൂടെ പോകു മ്പോൾ അവന് ഒട്ടും പേടി തോന്നിയില്ല. മന്ത്രശക്തിയുള്ള വടി യല്ലേ കൈയിൽ! കുറേ ചെന്നപ്പോൾ പൊടുന്നനെ ഒരു സിംഹം കുമാരനുനേരേ ഗർജ്ജിച്ചുകൊണ്ട് ചാടിവീണു. ഒരു നിമിഷം ഭയന്നെങ്കിലും അവൻ വാളെടുത്ത് ധൈര്യമായി സിംഹത്തെ നേരിട്ടു. അൽപ്പനേരത്തിനകം ആ ക്രൂരമൃഗത്തെ വെട്ടിവീഴ്ത്തി.

സൂര്യദത്തൻ പിന്നെയും മുന്നോട്ടുപോയി. ഒടുവിൽ ആ ഔഷധച്ചെടി കണ്ടെത്തി. അതിന്റെ ഇലകൾ പറിച്ചെടുത്ത് മട ങ്ങുകയും ചെയ്തു.

തിരികെ കൊട്ടാരത്തിലെത്തിയ കുമാരൻ ഔഷധച്ചെടിയുടെ ഇലകളും മാന്ത്രികവടിയും മാതംഗനു നൽകി. എന്നിട്ട് ഉണ്ടായ കാര്യങ്ങളെല്ലാം വിശദമായി പറഞ്ഞു. അപ്പോൾ ചിരിച്ചുകൊണ്ട് മാതംഗൻ പറഞ്ഞു: "കുമാരാ, ഈ വടിക്ക് യാതൊരു മാന്ത്രിക ശക്തിയുമില്ല. അതുപോലെ ധൈര്യമുണ്ടാക്കാൻ ഈ ഇലയ്ക്കും കഴിവില്ല. എന്നിട്ടും ഭയങ്കരനായ ഒരു സിംഹത്തെ ധൈര്യത്തോടെ നേരിടാൻ നിനക്കു കഴിയും എന്നു തെളിഞ്ഞില്ലേ? അവനവന്റെ കഴിവും ശക്തിയും തിരിച്ചറിയുകയാണ് എല്ലാവരും ആദ്യം വേണ്ടത്. അങ്ങനെ ആത്മവിശ്വാസമുണ്ടായാൽ മാത്രമേ, സ്വന്തം കഴിവുകൾ വേണ്ട രീതിയിൽ ഉപയോഗിക്കാനാവൂ."

മന്ത്രവടിയുടെ കഴിവുകൊണ്ടല്ല, സ്വന്തം ശക്തികൊണ്ടാണ് സിംഹത്തെ തോൽപ്പിച്ചതെന്നോർത്തപ്പോൾ രാജകുമാരൻ ആദ്യ മൊന്നമ്പരന്നു. എങ്കിലും അതോടെ അവന്റെ പേടി ഇല്ലാതായി. സന്തുഷ്ടനായ രാജാവ് മാതംഗന് കൈനിറയെ സമ്മാനങ്ങൾ നൽകി.

45

മുയലും പേടിയും

ഒരു കാട്ടിൽ ഒരു മുയലുണ്ടായിരുന്നു. അവന് കൂട്ടുകാർ ആരും ഉണ്ടായിരുന്നില്ല. അതുകൊണ്ടുതന്നെ പേടിച്ചുപേടിച്ചാണ് അവൻ എപ്പോഴും കഴിഞ്ഞിരുന്നത്.

ഒരുദിവസം മുയൽ മാളത്തിലിരിക്കുകയായിരുന്നു. അപ്പോൾ അവൻ പുറത്ത് എന്തോ ശബ്ദം കേട്ടു. പേടിച്ചു വിറച്ച മുയൽ അവിടെത്തന്നെയിരുന്ന് സങ്കടത്തോടെ ഇങ്ങനെ വിചാരിച്ചു: 'കഷ്ടം! മുയലിനെപ്പോലെ സങ്കടവും വിഷമവും ഇത്രയധികം അനുഭവിക്കേണ്ട ജീവികൾ വേറെയില്ല! ചെന്നായും കുറുക്കനും പിടിക്കാൻ വരുന്നോ എന്നു നോക്കണം, ആനയുടെയും കാട്ടുപോത്തിന്റെയും ചവിട്ടു കിട്ടാതെ നടക്കണം, പരുന്തിനേയും കഴുകനേയും വേട്ടക്കാരനേയും പേടിക്കണം....'

കുറേ കഴിഞ്ഞ് അവൻ മാളത്തിൽ നിന്നിറങ്ങി. ആരുമില്ലെന്ന് ഉറപ്പുവരുത്തിയിട്ട്, കറുകപ്പുല്ലുള്ള ഒരു കുന്നിലേക്ക് ഓടി. പോകുന്ന വഴിയിൽ, മുയൽ പാഞ്ഞു വരുന്ന ശബ്ദംകേട്ട്, കരയിലിരുന്ന തവളകൾ പേടിച്ച് വെള്ളത്തിലേക്കു ചാടി.

'ഹേ, എന്നെ കണ്ടാൽ പോലും പേടിച്ചു പായുന്ന ജീവികളോ?' മുയൽ അമ്പരന്നു. ആലോചിച്ചപ്പോൾ എല്ലാ ജീവികളും മറ്റെന്തിനെയെങ്കിലുമൊക്കെ പേടിക്കുന്നുണ്ടെന്ന് മുയലിന് മനസ്സിലായി. അവൻ ശ്രദ്ധയോടെ മുന്നോട്ടു നടന്നു. അപ്പോൾ അവന്റെ മനസ്സിൽ പേടിയില്ലായിരുന്നു.

46

യോദ്ധാവിന്റെ പരീക്ഷണം

ജപ്പാനിൽ പണ്ട് യോദ്ധാക്കളുടെ ഒരു വിഭാഗമുണ്ടായിരു ന്നു. സമുറായ് എന്നാണ് ഇവരെ വിളിച്ചിരുന്നത്.

ഈ പോരാളിസംഘത്തിന്റെ തലവനായിരുന്നു തകാഷി. പണ്ഡിതനും തികഞ്ഞ അഭ്യാസിയുമായിരുന്നു അദ്ദേഹം.

തകാഷിക്ക് ഒരിക്കൽ ഒരു പടനായകനെ ആവശ്യമായി വന്നു. അയാൾ അഭ്യാസി മാത്രമായാൽപ്പോരാ, അതീവ ബുദ്ധി മാനുമായിരിക്കണം. പടനായകനാവാൻ താൽപ്പര്യമുള്ളവർ കുന്നിനു മുകളിലെ തന്റെ കോട്ടയിലെത്തണമെന്ന് തകാഷി നിർദ്ദേശിച്ചു.

വൈകാതെ ഓരോ തരത്തിൽപ്പെട്ട ആയോധനവിദ്യയിലും പാടവമുള്ള നിരവധിപേർ അവിടെയെത്തി.

കോട്ടയ്ക്കകത്ത് തകാഷി വലിയ ഒരു മരത്തടി വച്ചിരുന്നു. കൂടെ കുറേ വാളുകളും. ആർക്കും ഇഷ്ടമുള്ള വാൾ തെരഞ്ഞെ ടുക്കാം. അതുകൊണ്ടു മരത്തടി വെട്ടി രണ്ടു കഷണമാക്കണം. അതിൽ ആർ വിജയിക്കുന്നുവോ അയാളെ പടനായകനാക്കും. അതായിരുന്നു പരീക്ഷണം.

ഒരു മരത്തടി രണ്ടു കഷണമാക്കുകയല്ലേ വേണ്ടൂ. വാളെ ടുത്ത് യോദ്ധാക്കൾ തയ്യാറായി. അവർ ഓരോരുത്തരായി മരത്ത ടിയിൽ ആഞ്ഞുവെട്ടി. പക്ഷേ, എത്ര വെട്ടിയിട്ടും വാൾ വളഞ്ഞ

തല്ലാതെ തടി മുറിഞ്ഞില്ല.

അപ്പോഴാണ് എഗുചി എന്ന യുവാവ് മുന്നോട്ടു വന്നത്. അവൻ മരത്തടി സൂക്ഷ്മമമായി പരിശോധിച്ചു. എന്നിട്ട് ഓരോ വാളിന്റേയും ഉറപ്പും മൂർച്ചയും നോക്കി. ഗുരുവിനെ മനസ്സിൽ ധ്യാനിച്ച് മരത്തടിയിൽ ഒരു പ്രത്യേക സ്ഥലത്ത് എഗുചി ആഞ്ഞുവെട്ടി. മരത്തടി രണ്ടു കഷണമായി മുറിഞ്ഞു!

ഇതുകണ്ട് എല്ലാവരും അമ്പരന്നു. അപ്പോൾ എഗുചിയുടെ കൈപിടിച്ചുയർത്തിക്കൊണ്ട് തകാഷി പറഞ്ഞു:

"ചങ്ങാതിമാരേ, ജീവനില്ലാത്ത ഈ മരത്തടിയെപ്പോലും ശത്രുവായി വേണം ഓരോ യോദ്ധാവും കരുതാൻ. ശത്രുവിന്റെ ശക്തിയും ദൗർബല്യവും നന്നായി മനസ്സിലാക്കണം. അതിനു പറ്റിയ ആയുധവും കണ്ടുപിടിക്കണം. എങ്കിലേ വിജയിക്കാനാവൂ. അതു മനസ്സിലാക്കി വെട്ടിയതുകൊണ്ടാണ് എഗുചിക്ക് മരത്തടി മുറിക്കാൻ കഴിഞ്ഞത്. അതുകൊണ്ടുതന്നെ യഥാർഥ യോദ്ധാവായ ഇവനാണ് ഇനി നമ്മുടെ പടനായകൻ!"

പരീക്ഷയിൽ തോറ്റെങ്കിലും മറ്റു യോദ്ധാക്കൾ എഗുചിയെ അഭിനന്ദിക്കാൻ മറന്നില്ല.

47

അറിവിന്റെ ദേവത

പണ്ട് ചൈനയിൽ ഷൂ ലി എന്നൊരു പണ്ഡിതനുണ്ടായിരു ന്നു. വളരെ പ്രശസ്തനായിരുന്നു അദ്ദേഹം. നാടിന്റെ നാനാഭാ ഗങ്ങളിൽ നിന്നും ദിവസവും ആളുകൾ ഷൂ ലിയെ കാണാനെത്തും. ഷൂ ലിയാകട്ടെ, താൻ പഠിച്ചും ചിന്തിച്ചും സമ്പാ ദിച്ച അറിവെല്ലാം അവർക്ക് പകർന്നു നൽകുകയും ചെയ്യും.

എല്ലാ കാര്യങ്ങളെക്കുറിച്ചും നല്ല അറിവുണ്ടായിരുന്നെങ്കിലും പുതിയ ഗ്രന്ഥങ്ങൾ തേടിപ്പിടിച്ച് വായിക്കാൻ ഷൂ ലിക്ക് വലിയ താൽപ്പര്യമായിരുന്നു.

ഇങ്ങനെ വർഷങ്ങൾ കടന്നുപോയി. ഇതിനിടയിൽ ഷൂ ലി അഹങ്കാരിയായി മാറി. തന്നെ കാണാനെത്തുന്നവരെ ഒന്നു മുഖം കാണിക്കാൻപോലും ഷൂ ലിക്ക് താല്പര്യമില്ല എന്ന സ്ഥിതിവ ന്നു.

ആയിടയ്ക്കാണ് ദൂരെയൊരു രാജ്യത്തുനിന്ന് കുറേ പണ്ഡി തന്മാർ ഷൂ ലിയെ കാണാനെത്തിയത്. അവർ അവരുടെ ഭാഷ യിലെഴുതിയ ചില ഗ്രന്ഥങ്ങൾ ഷൂ ലിക്കു സമ്മാനിച്ചു. ഷൂ ലി ഗ്രന്ഥത്തിന്റെ താളുകൾ മറിച്ചു നോക്കി. പക്ഷേ, ഭാഷ നന്നായി അറിയാത്തതുകൊണ്ട് ഗ്രന്ഥത്തിലെ മിക്ക കാര്യങ്ങളും ഷൂ ലിക്കു മനസ്സിലായില്ല. എങ്കിലും തനിക്ക് എല്ലാം മനസ്സിലായെന്ന മട്ടിൽ അദ്ദേഹം പണ്ഡിതന്മാരെ യാത്രയാക്കി.

അന്നു രാത്രി ഷൂ ലി വിചിത്രമായ ഒരു സ്വപ്നം കണ്ടു. സ്വ
പ്നത്തിൽ ഒരു വൃദ്ധ പ്രത്യക്ഷപ്പെട്ട് ഷൂ ലിയോട് പറഞ്ഞു:
"ഷൂ ലീ, നിനക്ക് പുതുതായി കിട്ടിയ ഗ്രന്ഥം നീ മുഴുവൻ
വായിച്ച് മനസ്സിലാക്കിയോ?" വൃദ്ധ ചോദിച്ചു. ഷൂ ലിയുടെ കണ്ണു
കൾ നിറഞ്ഞു. സങ്കടത്തോടെ അദ്ദേഹം പറഞ്ഞു: "ഇല്ല, വായി
ച്ചതിന്റെ കാൽഭാഗമേ എനിക്കു മനസ്സിലായുള്ളൂ."

പെട്ടെന്ന് വൃദ്ധ, ഒരു സുന്ദരിയായി മാറി! അവർ ഷൂ ലിയുടെ
മുന്നിൽനിന്ന് നൃത്തം ചെയ്യാൻ തുടങ്ങി. നൃത്തമവസാനിച്ച
പ്പോൾ സുന്ദരി വീണ്ടും ഷൂ ലിയുടെ അടുത്തെത്തി.

"ഷൂ ലി, പുതുതായി കിട്ടിയ ഗ്രന്ഥത്തിലെ വരികളെല്ലാം
നിനക്കറിയാമോ?" സുന്ദരി ചോദിച്ചു. "സംശയമെന്ത്? അതെല്ലാം
എനിക്കു നന്നായറിയാം!" ഷൂ ലി സുന്ദരിയോട് കള്ളം തട്ടിവി
ട്ടു.

പെട്ടെന്ന് ഒരത്ഭുതം സംഭവിച്ചു. സുന്ദരി, വിരൂപയായ ഒരു
വൃദ്ധയായി മാറി!

"അയ്യോ, നീ ഏതാണ്? ഞാൻ നേരത്തെ കണ്ട സുന്ദരി
എവിടെ?" ഇടറിയ ശബ്ദത്തോടെ ഷൂ ലി ചോദിച്ചു.

"നീ ആദ്യം കണ്ട സുന്ദരിതന്നെയാണ് ഞാൻ. നീയാണ്
എന്നെ വിരൂപയാക്കിയത്!" അവർ പറഞ്ഞു.

"ഞാനോ?" ഷൂ ലി അത്ഭുതത്തോടെ തിരക്കി.

"അതെ. അറിവിന്റെ ദേവതയാണ് ഞാൻ. നീ സത്യം പറ
ഞ്ഞപ്പോൾ ഞാൻ സുന്ദരിയായി മാറി. നീ കള്ളം പറഞ്ഞപ്പോ
ഴോ? ഞാൻ വിരൂപയുമായി. സത്യം മറച്ചുവെച്ച് നാമെന്തു പറ
ഞ്ഞാലും അത് നമ്മുടെ നന്മയും യശസ്സുമെല്ലാം ഇല്ലാതാക്കുക
യേയുള്ളൂ!" ഇത്രയും പറഞ്ഞ് ദേവത അപ്രത്യക്ഷയായി.

പെട്ടെന്ന് ഷൂ ലി ഉറക്കമുണർന്നു. താൻ കണ്ട സ്വപ്നത്തിന്റെ
പൊരുൾ അദ്ദേഹത്തിനു മനസ്സിലായി. അഹങ്കാരമെല്ലാം
വെടിഞ്ഞ് ഷൂ ലി വീണ്ടും നല്ലൊരു പണ്ഡിതനായി.

48

ഭംഗിയും നന്മയും

ഒരു ദിവസം അഹങ്കാരിയായ ഒരു ചിത്രശലഭം ഒരു റോസാ ച്ചെടിയുടെ അടുത്തെത്തി. അപ്പോഴാണ് റോസാച്ചെടിയുടെ താഴെയായി ചിത്രശലഭം ഒരു മണ്ണിരയെ കണ്ടത്.

ഭംഗിയില്ലാത്ത മണ്ണിരയെ കണ്ടപ്പോൾ ചിത്രശലഭത്തിന് വല്ലാത്ത കോപവും വെറുപ്പും തോന്നി. "ഹും, സുന്ദരനായ എനിക്കും ഈ റോസാപ്പൂവിനുമൊക്കെ നിന്നെക്കണ്ടിട്ട് ലജ്ജ തോന്നുന്നു" ചിത്രശലഭം തന്റെ സുന്ദരമായ ചിറകുകൾ വിരു ത്തിക്കൊണ്ട് മണ്ണിരയെ കളിയാക്കി.

പാവം മണ്ണിര! ചിത്രശലഭം കളിയാക്കിയിട്ടും അവൻ ഒന്നും പറഞ്ഞില്ല. എന്നാൽ ചിത്രശലഭമാകട്ടെ, മണ്ണിരയെ വീണ്ടും വീണ്ടും കളിയാക്കാൻ തുടങ്ങി. ഇതു കണ്ടപ്പോൾ റോസാച്ചെ ടിക്കു ദുഃഖം തോന്നി. അവൾ പറഞ്ഞു:

"ചങ്ങാതീ, എന്റെ വേരിനടിയിലല്ലേ മണ്ണിര താമസിക്കുന്ന ത്? ആ പാവം അവിടെത്തന്നെ നിന്നോട്ടെ!" റോസാച്ചെടി പറ ഞ്ഞു.

"അയ്യയ്യേ, ഒട്ടും ഭംഗിയില്ലാത്ത അവനവിടെ നിൽക്കുന്നത് നാണക്കേടാ" ചിത്രശലഭം പറഞ്ഞു. ഇതുകേട്ട് റോസാച്ചെടി പറഞ്ഞു: "ചങ്ങാതീ, എന്നും എന്റെ തേൻ കട്ടു കുടിക്കാൻ വരുന്ന നിന്നേക്കാൾ നല്ലവനാണ് ഈ മണ്ണിര. മണ്ണ് നന്നായി

ഇളക്കി മറിച്ച് എന്നെ വളരാൻ സഹായിക്കുന്നത് ഇവനാണ്. അതുകൊണ്ട് തേൻ കുടിക്കാൻ വരുന്ന നിന്നെക്കാൾ എനിക്കിഷ്ടം ഭംഗിയില്ലെങ്കിലും ഉപകാരിയായ മണ്ണിരയെയാണ്!"

റോസാച്ചെടി പറഞ്ഞതുകേട്ട് ചിത്രശലഭം ലജ്ജിച്ചു തല താഴ്ത്തി.

49

വഴിപോക്കരുടെ ഇരിപ്പിടം

ജപ്പാനിലെ ചക്രവർത്തിയായിരുന്നു മികാഷി. പ്രബലരായ പ്രഭുക്കളെ മാത്രമേ ചക്രവർത്തി കൊട്ടാരത്തിനകത്തേക്ക് പ്രവേശിപ്പിച്ചിരുന്നുള്ളൂ.

മികാഷിക്കു മുമ്പുള്ള ചക്രവർത്തിമാർ ഇങ്ങനെയായിരുന്നില്ല. സാധാരണ ജനങ്ങളെപ്പോലും അവർ തങ്ങളുടെ അടുത്തേക്കുവരാൻ അനുവദിച്ചിരുന്നു.

അങ്ങനെയിരിക്കേ ബുദ്ധമത പണ്ഡിതനും മഹാഗുരുവുമായ ലാവോ ഷിൻ കൊട്ടാരത്തിലെത്തി. അദ്ദേഹം നേരേ സിംഹാസനത്തിനുമുന്നിലെത്തി.

"അല്പനേരം ആ സിംഹാസനത്തിൽനിന്ന് മാറൂ. ഞാന വിടെ ഒന്നിരിക്കട്ടെ!" ഗുരു ചക്രവർത്തിയോടു പറഞ്ഞു.

"എന്ത്?" മികാഷി ദേഷ്യത്തോടെ പല്ലുകടിച്ചു. "ഇതെന്റെ സിംഹാസനമാണ്. വഴിപോക്കർക്കുള്ളതല്ല."

"ഓഹോ, താങ്കൾക്കുമുമ്പ് ഇതിൽ ആരാണിരുന്നിരുന്നത്?"

"എന്റെ പിതാവ്!"

"അതിനുമുമ്പോ?"

"എന്റെ അപ്പൂപ്പൻ!"

"അതിനുമുമ്പ്?"

"എന്റെ അപ്പൂപ്പന്റെ അച്ഛൻ."

"ഹ! ഹ! ഹ!" ലാവോ ഷിൻ പൊട്ടിച്ചിരിച്ചു. "ഓരോ കാലത്തും ഓരോരുത്തരും വന്നിരുന്നിട്ടുള്ള ഈ സിംഹാസന മാണോ താങ്കളുടെ സ്വന്തമെന്നു പറഞ്ഞത്? അങ്ങനെ പലർ ഇരിക്കുന്ന ഇരിപ്പിടം എല്ലാവരുടേയുമാണ്. പലകാലത്ത് പലരും വന്നുപോകുന്ന ഈ കൊട്ടാരം സത്രവുമാണ്. പിന്നെ മറ്റാരേയും കയറ്റാതെ താങ്കൾക്ക് എങ്ങനെ അവ കൈയിൽ വയ്ക്കാനാവും?"

ചക്രവർത്തിക്ക് മറുപടിയുണ്ടായില്ല.

ഏതായാലും അന്നുമുതൽ അദ്ദേഹം എല്ലാവരേയും കൊട്ടാ രത്തിൽ പ്രവേശിപ്പിക്കാനും അവർക്കുവേണ്ടി ജീവിക്കാനും തുട ങ്ങി.

50

രാജാവിന്റെ കൊള്ള!

അമൃതപുരത്തെ രാജാവായിരുന്നു അമരകേതു. മഹാശക്ത നായിരുന്ന അദ്ദേഹം അയൽരാജ്യങ്ങളെയെല്ലാം ആക്രമിച്ചു കീ ഴടക്കി. ഓരോ സ്ഥലത്തേയും ഖജനാവിലുള്ള സമ്പത്തും മറ്റു വിലപിടിപ്പുള്ള വസ്തുക്കളും തന്റെ നാട്ടിലേക്കു കൊണ്ടുവരാൻ അമരകേതു മറന്നില്ല. അങ്ങനെ അല്പകാലംകൊണ്ട് അളവറ്റ ധനമുണ്ടാക്കാൻ അദ്ദേഹത്തിനു കഴിഞ്ഞു.

ഒരിക്കൽ താരാനാഥനെന്ന ബുദ്ധഭിക്ഷു അമൃതപുരം സന്ദർശിക്കാനെത്തി. മഹാപണ്ഡിതനായ അദ്ദേഹത്തെ അമര കേതു കൊട്ടാരത്തിലേക്കു കൂട്ടിക്കൊണ്ടു വന്നു. രാജാവും സഭാ വാസികളും താരാനാഥന്റെ ഉപദേശങ്ങൾ വളരെ ശ്രദ്ധയോടെ കേൾക്കാൻ തുടങ്ങി.

അപ്പോഴാണ്, ഏതാനും ഭടന്മാർ ഒരു വൃദ്ധനെ അവിടേക്കു കൊണ്ടുവന്നത്. മഹാദരിദ്രനാണ് അയാളെന്ന് ഒറ്റനോട്ടത്തിൽ തന്നെ അറിയാം.

"പ്രഭോ" ഭടന്മാരുടെ തലവൻ പറഞ്ഞു: "പ്രഭുവായ സോമ ദാസന്റെ വീട്ടിൽ കയറി ഇയാൾ ഒരു സ്വർണ്ണമോതിരം മോഷ്ടി ച്ചു. അതു വിൽക്കാൻ ശ്രമിക്കുന്നതിനിടയിലാണ് ഞങ്ങൾ ഈ ദുഷ്ടനെ പിടികൂടിയത്!"

"ഓഹോ, ഇയാളെ പത്തുവർഷം കാരാഗൃഹത്തിലടയ്ക്കൂ!"

അമരകേതു കൽപ്പിച്ചു.

അതുകേട്ട് വൃദ്ധൻ വാവിട്ടു കരയാൻ തുടങ്ങി: "പ്രഭോ, ദിവ സങ്ങളോളം പട്ടിണി കിടന്ന് നിവൃത്തിയില്ലാതായപ്പോഴാണ് ഞാൻ മോഷ്ടിച്ചത്. ജീവിതത്തിൽ ആദ്യമായിട്ടാണ് ഇങ്ങനെ ചെയ്യുന്നതും. എന്നെ വിട്ടയയ്ക്കാൻ ദയവുണ്ടായാലും!"

ഇതെല്ലാം കാണുകയായിരുന്ന താരാനാഥൻ രാജാവിനോടു പറഞ്ഞു: "മഹാരാജൻ, ഇത്തവണ അയാളോടു ക്ഷമിക്കൂ. ഇങ്ങ നെയായിരുന്നെങ്കിൽ അങ്ങേക്ക് എത്ര വലിയ ശിക്ഷയാണ് നൽകേണ്ടി വരിക?"

"എനിക്കോ? അതെങ്ങനെ?" അമരകേതു അമ്പരപ്പോടെ ചോദിച്ചു.

"എത്രയോ അയൽരാജ്യങ്ങളെ കീഴ്പ്പെടുത്തി അങ്ങ് അവി ടെയുള്ള ധനമെല്ലാം കൊള്ളയടിച്ചു കൊണ്ടുവന്നിട്ടുണ്ട്. ശക്തി കൂടുതലുണ്ടായിരുന്നതുകൊണ്ട് അങ്ങ് അവയെ കൊള്ളയായി കാണുന്നില്ലെന്നു മാത്രം! എന്നാൽ അതേസമയം തന്നെ നിവൃ ത്തിയില്ലാതെ ഒരിക്കൽ മാത്രം മോഷ്ടിച്ച ഈ പാവത്തെ അങ്ങ് ശിക്ഷിക്കാനൊരുങ്ങുകയും ചെയ്യുന്നു. ഇതെങ്ങനെ ശരിയാകും?"

അമരകേതുവിന് മറുപടിയുണ്ടായില്ല. താരാനാഥനോടു മാപ്പു പറഞ്ഞ് അദ്ദേഹം വൃദ്ധനെ വെറുതെ വിടാൻ കല്പിച്ചു.

51

ധനദത്തന്റെ മാളിക

പണ്ടൊരു ഗ്രാമത്തിൽ ധനദത്തൻ എന്നൊരാളുണ്ടായിരു ന്നു. ഒരിക്കൽ അയാൾ തന്റെ കൊച്ചുവീടിന്റെ സ്ഥാനത്ത് ഒരു മണിമാളിക പണിയാൻ തീരുമാനിച്ചു. വൈകാതെ അയാൾ പട്ട ണത്തിൽനിന്ന് പ്രശസ്തനായൊരു ശില്പിയെ വരുത്തി.

"ഈ ഗ്രാമത്തിലെ ഏറ്റവും ഗംഭീരമായ വീടായിരിക്കണം എന്റേത്. അതുപോലെ ഒരു മണിമന്ദിരം മറ്റാർക്കും ഉണ്ടാക്കാൻ കഴിയരുത്" ധനദത്തൻ പറഞ്ഞു.

ഇതുകേട്ടപ്പോൾ ശില്പി പറഞ്ഞു: "ശരി, പക്ഷേ, നല്ല മാളിക പണിയാൻ ധാരാളം മരങ്ങൾ വേണ്ടിവരും. പിന്നെ പണവും!"

"അതിനെന്താ, എന്റെ ഈ പറമ്പിൽ നിൽക്കുന്ന കൂറ്റൻ മര ങ്ങൾ കണ്ടില്ലേ? വീടിന്റെ നെടുംതൂണുകളാണ് ഈ മരങ്ങൾ എന്നാണ് എന്റെ അച്ഛൻ പറയാറ്. സംശയിക്കേണ്ട, അതെല്ലാം മുറിച്ച് മാളിക പണിതുകൊള്ളൂ!" ധനദത്തൻ പറഞ്ഞു.

അങ്ങനെ മണിമാളികയുടെ പണി തുടങ്ങി. ശില്പി പറ മ്പിലെ വൻ മരങ്ങൾ ഒന്നൊഴിയാതെ വെട്ടിവീഴ്ത്തി. ദൂരദേശ ങ്ങളിൽ നിന്നും വെണ്ണക്കല്ലുകൾ കൊണ്ടുവന്നു. വൈകാതെ ഒരു വമ്പൻ മാളിക അവിടെ ഉയർന്നു.

കണ്ടവർ കണ്ടവർ ധനദത്തനെ പുകഴ്ത്തി. അതുകേട്ടപ്പോൾ ധനദത്തനു സന്തോഷമായി. കുറേ കടം വാങ്ങിയാലെന്താ,

മാളിക ഗംഭീരമായില്ലേ!

പക്ഷേ ആ സന്തോഷം ഏറെനാൾ നീണ്ടുനിന്നില്ല. കൊടും വേനലിൽ മാളിക ചുട്ടുപഴുത്തു. മരങ്ങളൊന്നും ഇല്ലാത്തതു കൊണ്ട് ഒരിറ്റു തണലോ തണുത്ത കാറ്റോ അവിടെ ഉണ്ടായിരു ന്നില്ല.... അതിനിടെ കടം വീട്ടാൻ നിവൃത്തിയില്ലാതെ അയാൾ തന്റെ കൈവശമുണ്ടായിരുന്ന വിലപിടിപ്പുള്ള വസ്തുക്കളെല്ലാം എടുത്തു വിറ്റു.

അപ്പോഴാണ് പറമ്പിലെ മരങ്ങളെക്കുറിച്ച് അച്ഛൻ പറഞ്ഞി രുന്ന വാക്കുകളുടെ അർത്ഥം അയാൾക്കു മനസ്സിലായത്. വാസ്ത വത്തിൽ ആ മരങ്ങളായിരുന്നു തന്റെ പഴയ കൊച്ചുവീടിന്റെ ഐശ്വര്യം. പ്രകൃതി എത്രയോ കാലം കൊണ്ടു വളർത്തി വലു താക്കിയ ആ മഹാവൃക്ഷങ്ങളാണു താൻ ഒരൊറ്റയടിക്കു വെട്ടി വീഴ്ത്തിയത്!

ധനദത്തന് തന്റെ തെറ്റു മനസ്സിലായി. അയാൾ തന്റെ മാളികവീടു വിറ്റ് ധാരാളം മരങ്ങളുള്ള ഒരു പറമ്പു വാങ്ങി. എന്നിട്ട് അതിൽ ചെറിയ ഒരു വീടു വച്ച് അവിടെ സുഖമായി ജീവിച്ചു.

52

ഒറ്റയാനു കിട്ടിയ ശിക്ഷ

പണ്ട് ഒരു ഗ്രാമത്തിൽ വളരെ വലിയ ഒരു പടുമരമുണ്ടായിരുന്നു. അതിൽ പൂക്കളും ഫലങ്ങളുമൊന്നും ഉണ്ടാവുക പതിവില്ല. എങ്കിലും തണലിനും വിശ്രമിക്കാനും പക്ഷികളും മൃഗങ്ങളും അതിന്റെ കൊമ്പുകളിൽ വന്നിരിക്കാറുണ്ടായിരുന്നു. എന്നാൽ പടുമരത്തിന് തന്റെ ചുവട്ടിലും ചുറ്റുവട്ടത്തുമായി മറ്റു ചെടി കൾ വളരുന്നത് അതിന് ഇഷ്ടമായിരുന്നില്ല. സൂര്യപ്രകാശം ഒട്ടും നൽകാതെ അത് ചെറിയ ചെടികളെ വിഷമിപ്പിച്ചു. അതുപോലെ തന്റെ നീണ്ട വേരുകളയച്ച് അവയുടെ വേരുകളെ ചുറ്റിവരിഞ്ഞ് നശിപ്പിച്ചു.

അങ്ങനെ മറ്റു ചെടികളെല്ലാം ഇല്ലാതായപ്പോൾ പടുമരം സന്തോഷിച്ചു. ആ പ്രദേശത്തുള്ള ഭക്ഷണവും വെള്ളവുമെല്ലാം ഇനി തനിക്കുതന്നെ എടുക്കാമല്ലോ!

പക്ഷേ, പടുമരത്തെ മാത്രം അവിടെ കണ്ടപ്പോൾ പക്ഷി കളും അണ്ണാറക്കണ്ണന്മാരും അവിടേക്ക് വരാതായി. അങ്ങനെ ആരുമില്ലാതെ ഒറ്റപ്പെട്ടു നിൽക്കുന്ന മരത്തെ ഒരിക്കൽ ഗ്രാമത്ത ലവനും കൂട്ടരും കണ്ടു.

"വഴിമുടക്കി നിൽക്കുന്ന ഈ പടുമരംകൊണ്ട് ആർക്കെന്തു പ്രയോജനം? നമുക്ക് ഇതിനെ മുറിച്ചു മാറ്റാം!" അവർ പറഞ്ഞു. വൈക്കാ തെ, മഴുവും മറ്റുമായി വന്ന് അവർ പടുമരത്തെ വെട്ടിവീഴ്ത്തി.

അങ്ങനെ എല്ലാം തനിക്കുള്ളതാണെന്ന് അഹങ്കരിച്ച മര ത്തിന് തക്ക ശിക്ഷ കിട്ടുകയും ചെയ്തു.

53

പരിശ്രമത്തിന്റെ ഫലം

ഒരിടത്ത് രണ്ടു തവളകൾ ഉണ്ടായിരുന്നു. ഒരു കൃഷിക്കാ
രന്റെ വീടിന്റെ പിന്നിലായിരുന്നു അവയുടെ താമസം.

ഒരിക്കൽ ഒരു പാമ്പിനെ കണ്ടുപേടിച്ച് രണ്ടു തവളകളും
വീടിനകത്തേക്കു കടന്നു. അവിടെ ഒരു മുറിയിൽ ഒരു വലിയ
തൈർക്കുടമുണ്ടായിരുന്നു. പാമ്പിന്റെ വായിൽനിന്നു രക്ഷപ്പെ
ടാൻ തവളകൾ കുടത്തിന്റെ മുകളിലേക്കു ചാടി. പക്ഷേ, രണ്ടു
പേരും കാൽവഴുതി തൈരിൽ വീണു.

കുടത്തിന്റെ പകുതിഭാഗം മാത്രമേ തൈരുണ്ടായിരുന്നുള്ളൂ.
കുറച്ചുനേരം നീന്തിക്കിടന്ന് തവളകൾ കുടത്തിനു പുറത്തേക്കു
ചാടാൻ നോക്കി. പക്ഷേ, പറ്റിയില്ല.

"ഈശ്വരാ" ഒരു തവള പറഞ്ഞു: "പാമ്പിൽനിന്നു രക്ഷപ്പെ
ടാനാണ് കുടത്തിൽ ചാടിയത്. ഇപ്പോൾ ഇതിൽ കിടന്നു മരി
ക്കാനാണോ നമ്മുടെ വിധി?"

ഇതുകേട്ട് രണ്ടാമത്തെ തവള പറഞ്ഞു: "ഹയ്യോ, അങ്ങനെ
വിചാരിക്കരുതേ! ഇതിൽനിന്നു രക്ഷപ്പെടാനും എന്തെങ്കിലും
വഴിയുണ്ടാകും. തളർച്ചയൊന്നും സാരമാക്കാതെ നമുക്ക് ഇതിൽ
നീന്തിക്കൊണ്ടേയിരിക്കാം. അപ്പോൾ രക്ഷപ്പെടാൻ എന്തെങ്കിലും
പഴുത് കാണാതിരിക്കില്ല."

എന്നാൽ ആദ്യത്തെ തവള സമ്മതിച്ചില്ല. "ഇതിൽ വെറു

തേ നീന്തിനടന്നിട്ട് എന്തുകാര്യം? എന്റെ കൈകാലുകളാണെ
ങ്കിൽ ആകെ തളർന്നതുപോലെ.... കഷ്ടം, ഞാനിതിൽ കിടന്നു
മരിക്കുകയേയുള്ളൂ.... തീർച്ച!"

ആദ്യത്തെ തവള സങ്കടത്തോടെ തൈരിനടിയിലേക്കു
താഴ്ന്നു. എന്നാൽ രണ്ടാമൻ പിന്നാലെ ചെന്ന് അവനെ പൊക്കി
യെടുത്തു. എന്നിട്ട് ഒരിടത്തും നിൽക്കാതെ കൈകാലിട്ടടിച്ച്
നീന്താൻ തുടങ്ങി.

അങ്ങനെ കുറേനേരം കഴിഞ്ഞു. തൈരു കലങ്ങിക്കലങ്ങി
മുകളിൽ അവിടവിടെ വെണ്ണ പ്രത്യക്ഷപ്പെട്ടു. അവയെല്ലാം ഒന്നി
ച്ചുകൂടി വലിയ ഒരു വെണ്ണക്കട്ടിയായി മാറി.

അതു കണ്ടപ്പോൾ രണ്ടാമത്തെ തവളയ്ക്ക് ഒരു സൂത്രംതോ
ന്നി. അവൻ ചങ്ങാതിയേയുംകൊണ്ട് വെണ്ണക്കട്ടിയുടെ മുകളിൽ
കയറിയിരുന്നു. എന്നിട്ട് രണ്ടുപേരും പുറത്തേക്കു ചാടി.

"ഡേ, നീ ഈ വിദ്യ എങ്ങനെ സാധിച്ചു?" ആദ്യത്തെ തവള
ചോദിച്ചു.

"ഇതിൽ അത്ഭുതമൊന്നുമില്ല ചങ്ങാതീ...." രണ്ടാമൻ പറ
ഞ്ഞു. "എത്ര കഷ്ടംപിടിച്ച അവസ്ഥയിലായാലും നാം പരിശ്ര
മിക്കണമെന്ന പാഠം മാത്രമേയുള്ളൂ. തോൽക്കുമെന്നു കരുതി
ഒരിക്കലും പരിശ്രമിക്കാതിരിക്കരുത്!"

രണ്ടാമത്തെ തവള പറഞ്ഞത് എന്താണെന്ന് ഒന്നാമനു മന
സ്സിലായി. തന്നെ രക്ഷിച്ചതിന് അവൻ ചങ്ങാതിയോടു നന്ദി പ
റഞ്ഞു.

54

കണ്ണിന്റെ വില

മഹാജ്ഞാനിയായിരുന്നു ധേനകമഹർഷി. അദ്ദേഹത്തിന് മൃഗങ്ങളോടും പക്ഷികളോടും സംസാരിക്കാനറിയാം.

ആശ്രമത്തിൽ കുറേ മാനുകളുണ്ട്. ആശ്രമത്തിനു കാവലി നായി ഒരു പട്ടിയും. പക്ഷേ, മാനുകൾക്ക് പട്ടിയെ ഇഷ്ടമല്ല. അവനെ അവിടെനിന്ന് ഓടിക്കണമെന്ന് അവർ തീരുമാനിച്ചു.

"പ്രഭോ," ഒരു ദിവസം മാനുകൾ ധേനകനോടു പറഞ്ഞു: "രാവും പകലും ഇവിടെത്തന്നെ കിടന്നുറങ്ങുകയാ ഈ പട്ടിയുടെ ജോലി. രാത്രി യാതൊരു കാര്യവുമില്ലാതെ കുരച്ചുകൊണ്ടിരി ക്കുകയും ചെയ്യും! വെറുതെ തീറ്റ കൊടുത്ത് അവനെ വളർത്തു ന്നത് എന്തിനാ? അവനെ ഓടിച്ചുവിട്ടുകൂടേ?"

ധേനകൻ സമ്മതിച്ചു. എങ്കിലും അദ്ദേഹം മാനുകളോട് ഇങ്ങനെ പറഞ്ഞു: "മക്കളേ, 'കണ്ണുള്ളപ്പോൾ കണ്ണിന്റെ വില എത്രയെന്ന് അറിയില്ല എന്നൊരു ചൊല്ലുണ്ട്. അതിന്റെ അർത്ഥം ശരിക്കും ആലോചിച്ചേ നമ്മുടെ പട്ടിയെ പുറത്താക്കാവൂ!"

മാനുകൾ പക്ഷേ, പട്ടിയെ പുറത്താക്കണമെന്ന് തീർത്തു പറഞ്ഞു. ധേനകൻ അപ്പോൾത്തന്നെ പട്ടിയെ ആശ്രമത്തിനു പുറത്തിറക്കി വിട്ടു.

"ഹാവൂ, ഇന്നു രാത്രി ആ പട്ടിയുടെ കുര കേൾക്കാതെ സുഖ മായി ഉറങ്ങാം" മാനുകൾ സന്തോഷിച്ചു.

രാത്രിയായി. എന്തോ ശബ്ദംകേട്ട് മാനുകൾ ചാടിയെഴുന്നേ റ്റു. നിലാവെളിച്ചത്തിൽ അവർ കണ്ട കാഴ്ച! അതാ, കുറേ ചെന്നായ്ക്കൾ പതുങ്ങി അകത്തേക്കു കടക്കാൻ ശ്രമിക്കുന്നു! "ഹയ്യോ", മാനുകൾ ഉറക്കെ നിലവിളിച്ചു.

ഉടനെ ധേനകൻ എഴുന്നേറ്റ് അവിടേക്കു ചെന്നു. അദ്ദേഹ ത്തിന്റെ നിഴൽ കണ്ടപ്പോഴേ ചെന്നായ്ക്കൾ പേടിച്ചോടി.

"പ്രഭോ, ഈ ചെന്നായ്ക്കൾ ആശ്രമത്തിനകത്തേക്ക് ഒരി ക്കലും വരാത്തതാണല്ലോ! ഇന്നെന്താ ഇങ്ങനെ?" മാനുകൾ മഹർഷിയോടു ചോദിച്ചു.

അപ്പോൾ ധേനകൻ ചിരിച്ചുകൊണ്ടു പറഞ്ഞു: "മക്കളേ, നമ്മുടെ പട്ടിയെ പേടിച്ചായിരുന്നു ഇതുവരെ അവ നിങ്ങളെ പിടിക്കാൻ വരാതിരുന്നത്. യാതൊരു ഉപകാരവുമില്ലാ ത്തതുകൊണ്ട് അവനെ പറഞ്ഞു വിടാൻ നിങ്ങൾ പറഞ്ഞില്ലേ? അവൻ ഇവിടെനിന്നു പോയകാര്യം ചെന്നായ്ക്കൾ അറിഞ്ഞി രിക്കും!"

"കഷ്ടം, എത്ര വിഡ്ഢികളാണ് നമ്മൾ!", മാനുകൾ പര സ്പരം പറഞ്ഞു: "കണ്ണുള്ളപ്പോൾ കണ്ണിന്റെ വില അറിയില്ല എന്ന് അങ്ങു പറഞ്ഞത് എത്ര ശരിയാണ്! പട്ടി സ്ഥലം വിട്ട പ്പോഴാ അവൻ നമുക്കുവേണ്ടി ചെയ്യുന്ന ഉപകാരം മനസ്സിലായ ത്! അതുകൊണ്ട് പ്രഭോ, അവനെ തിരികെ വിളിച്ചാലും!"

മഹർഷി പുഞ്ചിരിയോടെ പുറത്തിറങ്ങി, ഉറക്കെ ഒരു ശബ്ദ മുണ്ടാക്കി. ഉടനെ പട്ടി ഓടിയെത്തി. മാനുകൾക്ക് സന്തോഷമാ യി; ആശ്വാസവും. തങ്ങളുടെ തെറ്റിന് മാപ്പു പറഞ്ഞുകൊണ്ട് മാനുകൾ അവനെ വരവേറ്റു.

55

കോപവും ശിക്ഷയും

മംഗോളിയയിൽ പണ്ട് യുറേഷി എന്നൊരു ചക്രവർത്തി യുണ്ടായിരുന്നു. മഹാ മുൻകോപിയായിരുന്നു അദ്ദേഹം. ചെറിയ കാര്യങ്ങൾക്കുപോലും ചക്രവർത്തി പൊട്ടിത്തെറിക്കും. എന്നാൽ പിന്നീട് ആ ദേഷ്യമൊക്കെ മറക്കുകയും ചെയ്യും.

അങ്ങനെയിരിക്കെ ഒരു ശിൽപ്പി ഒരു സമ്മാനവുമായി കൊട്ടാരത്തിലെത്തി. ചക്രവർത്തിയുടെതന്നെ അതിമനോഹരമായ ഒരു പ്രതിമയായിരുന്നു അത്.

അദ്ദേഹം അത് ഒരു പീഠത്തിൽ കൊണ്ടുവച്ചു. എന്നിട്ട് അതിന്റെ ഭംഗി ആസ്വദിച്ച് ഗമയിലങ്ങനെ ഇരിക്കുകയായിരുന്നു.

അപ്പോഴാണ് ചക്രവർത്തിയുടെ അംഗരക്ഷകരിൽ ഒരാളുടെ കൈ അറിയാതെ പ്രതിമയിൽ തട്ടിയത്. അതോടെ പീഠത്തിൽനിന്ന് പ്രതിമ താഴെ വീണു. വീഴ്ചയുടെ ശക്തിയിൽ അതിന്റെ ഒരു കാൽ ഒടിയുകയും ചെയ്തു.

ഇതുകണ്ട് യുറേഷിക്കുണ്ടായ കോപം! "ഹും, പ്രതിമയുടെ കാലൊടിച്ച ഈ ധിക്കാരിയുടെ ഒരു കാല് തല്ലി ഒടിക്ക്!" അദ്ദേഹം ആക്രോശിച്ചു.

ഉടൻതന്നെ കൽപ്പന നടപ്പാക്കപ്പെട്ടു. ഭടന്റെ ഒരു കാൽ തല്ലി ഒടിച്ചു. അതിനുശേഷം പരിചാരകർ അയാളെ വീട്ടിൽ കൊണ്ടു ചെന്നാക്കി.

വളരെ നാളത്തെ ചികിത്സയ്ക്കുശേഷം ഭടന്റെ കാലിലെ ഒടിവ് ഭേദമായി. പക്ഷേ, ആ കാലിന് അൽപ്പം നീളക്കുറവുണ്ടാ യിരുന്നു എന്നു മാത്രം. അതിനാൽ ഇനിയുള്ള കാലം അയാൾക്ക് മുടന്തി മാത്രമേ നടക്കാനാവൂ എന്ന് വൈദ്യന്മാർ വിധിയെഴുതി.

ഒരുദിവസം ഭടൻ മുടന്തി മുടന്തി കൊട്ടാരത്തിലെത്തി. അയാൾ സദസ്സിൽ വച്ചിരുന്ന ആ പ്രതിമയുടെ അടുത്തെത്തി യിട്ട് അതിന്റെ കാലിൽ മെല്ലെ തലോടി. അപ്പോൾ യുറേഷി അങ്ങോട്ടുവന്നു. "അത് ഞാൻ അന്നുതന്നെ ശരിയാക്കിച്ചു. ഇപ്പോഴതിന്റെ ഒരു കാൽ ഒടിഞ്ഞതാണെന്ന് തോന്നുകയേ ഇല്ല, അല്ലേ?" അദ്ദേഹം ഭടനോടു ചോദിച്ചു.

അപ്പോൾ ഒന്നു പുഞ്ചിരിച്ചിട്ട് ഭടൻ പറഞ്ഞു: "പ്രഭോ, ഒരു നിമിഷത്തെ എന്റെ അശ്രദ്ധകൊണ്ട് ഉടഞ്ഞുപോയ ഈ പ്രതിമ അങ്ങ് ശരിയാക്കി. എന്നാൽ ഒരു നിമിഷത്തെ കോപം കാരണം അങ്ങ് അടിച്ചൊടിച്ച എന്റെ കാലോ? അതിനി ഒരിക്കലും ശരി യാവുകയേയില്ല!"

ഭടന്റെ വാക്കുകൾ കേട്ട് ചക്രവർത്തിയുടെ ഉള്ളു നടുങ്ങി. തൽക്കാലത്തേക്കേ തന്റെ മുൻകോപമുള്ളൂവെങ്കിലും അത് മറ്റു ള്ളവരിലുണ്ടാക്കുന്ന വേദന കുറേക്കാലത്തേക്ക് നിൽക്കുമെന്ന് അദ്ദേഹത്തിന് ബോധ്യമായി. തെറ്റു മനസ്സിലാക്കിയ യുറേഷി പിന്നീടെല്ലാപ്പോഴും കോപം വരുമ്പോൾ അതു നിയന്ത്രിക്കാൻ ശ്രദ്ധിച്ചു.

56

പ്രവൃത്തിയുടെ ഫലം

വംഗവനത്തിലെ സിംഹിക്കുട്ടിയാണ് ശേരുകൻ. ധീരനും ശക്തനുമായ അവനെ രാജാവായ ഭോലൻ സിംഹത്തിനു മാത്രം ഇഷ്ടമല്ല. നാൾക്കുനാൾ ശക്തനായി വളരുന്ന അവൻ രാജാവാ യേക്കുമോ എന്ന് ഭോലൻ ഭയപ്പെട്ടു.

ഒരുദിവസം ഭോലൻ, ശേരുകനെ വിളിച്ച് കല്പിച്ചു: "ശേരു കാ, അതിർത്തിയിലെ മലയിൽ ഭയങ്കരനായ ഒരു കടുവയുണ്ട്. രാജാവായ നമ്മെ അവൻ കൊല്ലുമെന്ന് ഈയിടെ ഭീഷണിപ്പെ ടുത്തി. അവനെ എനിക്ക് ശിക്ഷിച്ചേ തീരൂ. നീ പോയി അവനെ പിടികൂടി ഇവിടെയെത്തിക്കണം!"

കടുവയുമായി മല്ലിട്ടാൽ ശേരുകന്റെ കഥ കഴിയുമെന്നാണ് ഭോലൻ കരുതിയത്. എന്നാൽ ബുദ്ധിമാനായ ശേരുകന് അക്കാ ര്യം മനസ്സിലായി. അതുകൊണ്ട് അവൻ നേരേ മലയിൽ ചെന്ന് കടുവയുമായി ചങ്ങാത്തം കൂടാൻ ശ്രമിക്കുകയാണ് ചെയ്തത്. എന്നിട്ട് ഭോലൻ സിംഹം തന്നെ അയച്ചതെന്തിനാണെന്ന് കടു വയെ അറിയിക്കുകയും ചെയ്തു.

തന്നെ ശിക്ഷിക്കാൻ പുറപ്പെടുന്ന ഭോലനെ ഒരു പാഠം പഠി പ്പിക്കാൻ കടുവ തീരുമാനിച്ചു. വൈകാതെ, അവൻ ശേരു കനോടൊപ്പം ഭോലന്റെ അരികിലെത്തി.

"പ്രഭോ, അങ്ങയുടെ കല്പന പ്രകാരം ഞാൻ കടുവയേയും

കൊണ്ട് ഇതാ വന്നിരിക്കുന്നു!" ശേരുകൻ ഭോലനോടു പറഞ്ഞു.

ഭോലന് തന്റെ കണ്ണുകളെ വിശ്വസിക്കാനായില്ല. ക്രുദ്ധനായി തന്നെ ആക്രമിക്കാനോങ്ങി നിൽക്കുന്ന കടുവയെ കണ്ടപ്പോൾ രാജാവ് ശരിക്കും വിറച്ചുപോയി.

മറ്റുള്ളവരെ കുടുക്കാൻ ഒരു കാര്യം ചെയ്യുമ്പോൾ അതിന്റെ അനന്തര ഫലം സ്വയം അനുഭവിക്കേണ്ടി വരുമെന്ന് ഭോലൻ മനസ്സിലാക്കി. പക്ഷേ, അപ്പോഴേക്കും വൈകിപ്പോയിരുന്നു. തന്റെ നേരെ പാഞ്ഞടുത്ത കടുവയെ നേരിടാനാവാതെ ഭോലൻ ഓടി രക്ഷപ്പെട്ടു.

57

ശരിയായ പ്രാർത്ഥന

അളകാപുരിയിൽ പണ്ട് ദിവ്യനായ ഒരു സന്ന്യാസിയുണ്ടാ യിരുന്നു. അധികമാരും അദ്ദേഹത്തെ കണ്ടിട്ടില്ല. കാരണം, വലിയ ഒരു മലയുടെ മുകളിലായിരുന്നു സന്ന്യാസിയുടെ താമസം.

നന്ദരാജാവാണ് അന്ന് രാജ്യം ഭരിച്ചിരുന്നത്. അദ്ദേഹത്തിന് ധനവും പ്രതാപവുമൊക്കെ വേണ്ടത്രയുണ്ട്. എങ്കിലും അതൊന്നും പോരെന്ന വിചാരമാണ് എപ്പോഴും. സന്ന്യാസിയുടെ അനുഗ്രഹം കിട്ടിയാൽ കൊള്ളാമെന്ന് ഒരിക്കൽ രാജാവിനു തോന്നി. അന്നുതന്നെ അദ്ദേഹം മല കയറാൻ പുറപ്പെട്ടു. കുറേ കയറിയപ്പോഴാണ് അവിടെ ഒരാട്ടിൻകുട്ടിയുടെ കരച്ചിൽ കേട്ടത്. ങ്ങേ, അതാ ഒരാട്ടിൻകുട്ടി വേച്ചുവേച്ച് മുകളിലേക്കു കയറാൻ നോക്കുന്നു!

രാജാവ് മനസ്സിൽ വിചാരിച്ചു: 'ശരിക്കു നടക്കാൻപോലും വയ്യാത്ത ഈ ആട്ടിൻകുട്ടി ഇനി എന്തു ചെയ്യുമോ എന്തോ? പാവം ചത്തു പോയതുതന്നെ!'

രാജാവ് പിന്നെയും കയറാൻ തുടങ്ങി. പൊടുന്നനെ എവിടെ നിന്നെന്നറിയില്ല, ഒരു വൃദ്ധൻ അവിടെയെത്തി. അയാൾ ആ ആട്ടിൻകുട്ടിയെ കൈയിലെടുത്തു. എന്നിട്ട് മുകളിലേക്കു കയ റാൻ തുടങ്ങി.

'ഹും' ഇതുകണ്ട് രാജാവിന് ചിരി വന്നു: 'തനിയെ നടക്കാൻ

പോലും വയ്യാത്ത ഈ വൃദ്ധനാണോ ആട്ടിൻകുട്ടിയേയും എടുത്തു മല കയറുന്നത്!' അദ്ദേഹം മനസ്സിലോർത്തു.

കുറേക്കഴിഞ്ഞ് നന്ദരാജാവ് മലമുകളിലെത്തി. അവിടെ, ഒരു ചെറിയ ആശ്രമത്തിനു മുന്നിൽ അതാ സന്ന്യാസി! സന്ന്യാസിയെ കണ്ട് രാജാവ് അമ്പരന്നു. അത്, ആട്ടിൻകുട്ടിയെ എടുത്തു മലക യറിയ ആ വൃദ്ധനായിരുന്നു!

"പ്രഭോ, ക്ഷമിക്കണേ!" രാജാവു പറഞ്ഞു: "അങ്ങയുടെ അനുഗ്രഹം വാങ്ങാൻ വന്നവനാണു ഞാൻ. ആളറി യാത്തതുകൊണ്ടാണ് ആദ്യം കണ്ടപ്പോൾ അങ്ങയെ വന്ദിക്കാ തിരുന്നത്!"

ഇതുകേട്ട് സന്ന്യാസി പുഞ്ചിരിച്ചു: "മഹാരാജാവേ, എപ്പോഴും ദേവാലയങ്ങളിൽ പോയതുകൊണ്ടോ എന്റെ അടുത്തു വന്നതുകൊണ്ടോ അങ്ങേയ്ക്ക് സന്തോഷവും ഐശ്വര്യവു മൊന്നും ഉണ്ടാകില്ല. മറ്റുള്ളവരുടെ കഷ്ടാവസ്ഥയിൽ മനസ്സ് വേദനിക്കുന്നവനാണ് യഥാർത്ഥ മനുഷ്യൻ. അവരെ സഹായി ക്കുന്നതാണ്, ഏറ്റവും വലിയ പ്രാർത്ഥനയും. അതുചെയ്യാത്ത ആർക്കും എന്ത് അനുഗ്രഹം കിട്ടിയിട്ടും കാര്യമില്ല!" സന്ന്യാസി പറഞ്ഞു.

സന്ന്യാസിയുടെ വാക്കുകൾ രാജാവിന്റെ കണ്ണു തുറപ്പിച്ചു. തിരികെ കൊട്ടാരത്തിലെത്തിയ അദ്ദേഹം മറ്റുള്ളവരെ സഹായി ക്കാനാണ് ശേഷമുള്ള കാലം ചെലവാക്കിയത്. അതോടെ മനു ഷ്യരുടെ മാത്രമല്ല, പക്ഷിമൃഗാദികളുടെ പോലും കണ്ണിലുണ്ണി യായിത്തീർന്നു നന്ദരാജാവ് എന്നു പറയപ്പെടുന്നു.

58

ഒളിച്ചു നിന്ന നെല്ലിക്ക

അങ്ങകലെ ഈജിപ്തിലാണ്, അവിടെയൊരു കൊച്ചു കാട്ടിൽ കൂറ്റനൊരു നെല്ലിമരമുണ്ടായിരുന്നു. ചവർപ്പില്ലെന്നു മാത്ര മല്ല, അതിമധുരമുള്ള ഒരിനം തേൻ നെല്ലിക്കയാണ് അതിലുണ്ടാ യിരുന്നത്. നിറയെ കായ്ച്ചു നിൽക്കുന്ന ആ നെല്ലിമരത്തിൽ ദിവസവും ധാരാളം കിളികളും അണ്ണാറക്കണ്ണന്മാരുമൊക്കെ എന്നും വന്നെത്തിയിരുന്നു.

എന്നാൽ, കിളികളുടെയും അണ്ണാറക്കണ്ണന്മാരുടെയുമൊക്കെ കണ്ണുവെട്ടിച്ച് ഒരു വിരുതൻ തേൻ നെല്ലിക്ക മരത്തിൽ നിൽപ്പു ണ്ടായിരുന്നു. കൊഴുത്തുരുണ്ട ആ നെല്ലിക്ക ആരുടേയും കണ്ണിൽപ്പെടാതെ മരച്ചില്ലയ്ക്ക് പിന്നിലും ഇലകൾക്കിടയിലു മൊക്കെ മറഞ്ഞു നിൽക്കും.

നെല്ലിക്കകളിൽ പലതും കിളികൾ കൊത്തിക്കൊണ്ടു പോയി. ചിലത് അണ്ണാറക്കണ്ണന്മാരും കൊണ്ടുപോയി. എന്നാൽ ആരുടേയും കണ്ണിൽപ്പെടാതെ ആ നെല്ലിക്ക മാത്രം മറഞ്ഞു നി ന്നു.

അങ്ങനെ മഞ്ഞുകാലം വന്നെത്തി. നെല്ലിമരത്തിലെ ഇല കൾ മുഴുവനും കൊഴിഞ്ഞു. കായ്കൾ മിക്കതും പക്ഷികൾ കൊണ്ടുപോയിക്കഴിഞ്ഞു. ഒടുവിൽ എല്ലാവരുടേയും കണ്ണുവെ ട്ടിച്ച് ഒളിച്ചുനിന്ന ആ വിരുതൻ നെല്ലിക്ക മാത്രം അവശേഷിച്ചു!

കൂറ്റൻ നെല്ലിമരത്തിൽ ഒറ്റയ്ക്കായ ആ നെല്ലിക്ക പഴുത്ത് ഉണങ്ങാൻ തുടങ്ങിയിരുന്നു. കൂട്ടിന് ആരുമില്ലാത്ത സങ്കടത്തോടെ അവൻ ആ മരത്തിൽ രാവും പകലും ഒറ്റയ്ക്ക് തൂങ്ങിക്കിടന്നു.

അങ്ങനെയിരിക്കെ ഒരു ദിവസം ഒരു വവ്വാൽ ആ മരത്തിൽ വന്ന് തൂങ്ങിക്കിടന്നു. തല കീഴായി കിടന്നുകൊണ്ട് നോക്കിയ വവ്വാൽ ആ നെല്ലിക്കയെ കണ്ടു.

"ഡേ, എന്താ നീ മാത്രം ഈ മരത്തിൽ ഒറ്റയ്ക്കായിപ്പോയ ത്? കാലം തെറ്റി ഉണ്ടായതാണോ നീ?" വവ്വാൽ നെല്ലിക്കയോടു ചോദിച്ചു.

"അല്ല, അണ്ണാറക്കണ്ണന്മാരും കിളികളുമൊക്കെ വന്നപ്പോൾ അവരുടെ കണ്ണിൽപ്പെടാതെ ഞാൻ ഒളിച്ചു നിന്നതായിരുന്നു. പക്ഷേ, ഇന്നു ഞാൻ ഒറ്റയ്ക്കായിപ്പോയി. നിനക്കെന്നെ ഈ മര ത്തിൽ നിന്ന് ഒന്ന് രക്ഷിക്കാമോ?" നെല്ലിക്ക ദുഃഖത്തോടെ ചോദിച്ചു.

ഇതുകേട്ട് വവ്വാൽ പറഞ്ഞു: "ചങ്ങാതീ, ഉണങ്ങി ചുക്കിച്ചു ളിഞ്ഞ നിന്നെ ഇനി ആർക്കുവേണം? ഞങ്ങൾ വവ്വാലുകൾ നെല്ലിക്ക തിന്നുകയില്ല. ഏതാനും കിളികൾക്കും അണ്ണാന്മാർക്കു മൊക്കെയാണ് നിന്നോടു പ്രിയം. പക്ഷേ, അവർ വന്നപ്പോൾ നീ ഒളിച്ചു നിൽക്കുകയും ചെയ്തു. അന്ന് അവർ നിന്നെ കൊത്തി ക്കൊണ്ടു പോയിരുന്നെങ്കിൽ നീ ഇപ്പോൾ ഒരു കുഞ്ഞു ചെടി യായി എവിടെയെങ്കിലും തളിർത്തു നിന്നേനെ! ഇനിയിപ്പോൾ താഴെ വരണ്ടുണങ്ങിയ മണ്ണിൽ വീണാൽ നീ കരിഞ്ഞ് ഉണ ങ്ങുകയേയുള്ളൂ!"

ഒന്നു നിർത്തിയിട്ട് വവ്വാൽ തുടർന്നു: "ചങ്ങാതീ, ഓരോ ന്നിനും ഓരോ സമയമുണ്ട്. അവസരം വരുമ്പോൾ ഉപയോഗ പ്പെടുത്താതെ അതിൽനിന്ന് ഒളിച്ചോടരുത്. പിന്നീട് ഒരിക്കലും ആ അവസരം തിരികെ കിട്ടില്ല!"

വവ്വാലിന്റെ വാക്കുകൾ കേട്ട് ഒന്നും മിണ്ടാതെ നിൽക്കാനേ നെല്ലിക്കയ്ക്കു കഴിഞ്ഞുള്ളൂ.

59

എണ്ണവും ഭംഗിയും

ഒരു കൊട്ടാരത്തിൽ ഒരു പൂന്തോട്ടമുണ്ടായിരുന്നു. അതിൽ ചെറുതും വലുതുമായ അനേകം ചെടികളും. അവയിൽ പല ആകൃതിയിലും നിറത്തിലുമുള്ള പൂക്കൾ എപ്പോഴും വിടർന്നു നിന്നിരുന്നു.

എന്നാൽ ഒരു കൊച്ചുചെടിക്കുമാത്രം പൂക്കൾ ഉണ്ടായിരു ന്നില്ല. അതുകണ്ട് മറ്റു ചെടികൾ അതിനെ കളിയാക്കി. "പൂക്കൾ നിറഞ്ഞ ഞങ്ങൾക്കിടയിൽ കഴിയാൻ നാണമില്ലേ നിനക്ക്?" അവ പരിഹാസത്തോടെ ചോദിച്ചു. എന്നാൽ കൊച്ചുചെടി മറു പടി പറഞ്ഞില്ല.

അങ്ങനെ കുറച്ചു കാലം കഴിഞ്ഞു. ഒരുനാൾ ആ കൊച്ചു ചെടിയിൽ ഒരു പൂമൊട്ടുണ്ടായി. മെല്ലെ മെല്ലെ അതു വിടർന്നു വന്നു. കണ്ണഞ്ചിപ്പിക്കുന്ന നിറവും മത്തു പിടിപ്പിക്കുന്ന സുഗ ന്ധവുമുള്ള അതിമനോഹരമായ ഒരു പൂവായിരുന്നു അത്!

സുന്ദരമായ ആ പൂവു കാണാൻ രാജാവും പരിവാരങ്ങളും പൂന്തോട്ടത്തിലെത്തി. പൂവിന്റെ ഭംഗിയും മണവും ആസ്വദിച്ച രാജാവ് ഇങ്ങനെ പറഞ്ഞു: "എപ്പോഴും പൂത്തു നിൽക്കുന്ന ചെടി കൾ നല്ലതുതന്നെ. എന്നാൽ വല്ലപ്പോഴും മാത്രം വിടർന്നാലെ ന്താ, ഈ പൂവ് മറ്റെല്ലാ പൂക്കളേയും നിഷ്പ്രഭമാക്കിയിരിക്കു ന്നു. കാരണം, എണ്ണവും വണ്ണവുമല്ല, ഭംഗിയും സുഗന്ധവുമാണ്

പൂവിനെ വിലയുള്ളതാക്കുന്നത്. അതുകൊണ്ട് ഈ കൊച്ചു സുന്ദ
രിപ്പൂവു തന്നെയാകട്ടെ, ഇനി നമ്മുടെ നാടിന്റെ കൊടിയടയാ
ളം! മറ്റാരും നശിപ്പിക്കാതെ ഈ ചെടിയെ നമുക്ക് സംരക്ഷിക്കു
കയും വേണം!"

അങ്ങനെ ആ പൂന്തോട്ടത്തിലെ മാത്രമല്ല, രാജ്യത്തെതന്നെ
ഏറ്റവും പ്രധാനപ്പെട്ട ചെടിയായി അതു മാറി.

60

കാട്ടിലെ ഗുരു

ജീവവനത്തിൽ പണ്ട് മത്തേഭൻ എന്ന ഒരാനയുണ്ടായിരു
ന്നു. ഒരു മഹർഷിയിൽ നിന്നും ധാരാളം അറിവു നേടിയ മത്തേ
ഭനെ മൃഗങ്ങളെല്ലാം തങ്ങളുടെ ഗുരുവായി കരുതി.

വയസനായ മത്തേഭന്റെ അടുത്ത് ഒരിക്കൽ ഒരു കടുവക്കുട്ടി
വന്നെത്തി. ഗർഗ്ഗരൻ എന്നായിരുന്നു അവന്റെ പേര്.

മഹാമടിയനും അഹങ്കാരിയുമായിരുന്നു ഗർഗ്ഗരൻ. മത്തേ
ഭൻ പറഞ്ഞു കൊടുത്ത കാര്യങ്ങളൊന്നും അവൻ പഠിക്കാൻ
കൂട്ടാക്കിയില്ല. മാത്രമല്ല, തരം കിട്ടിയാൽ മറ്റു ജീവികളെ പേടി
പ്പിക്കാനും അവൻ മറന്നില്ല.

ഇതുകണ്ട് മത്തേഭൻ ഒരുദിവസം ഗർഗ്ഗരനോടു പറഞ്ഞു: "
ഗർഗ്ഗരാ, എന്റെ കാലം കഴിയാറായി, സ്നേഹംകൊണ്ടും നന്മ
കൊണ്ടുമാണ് നാം മറ്റുള്ളവരെ കീഴടക്കേണ്ടത്. അത് എപ്പോഴും
ഓർമ്മ വേണം!"

ഇതുകേട്ട് പുച്ഛത്തോടെ ചിരിക്കുകയല്ലാതെ ഗർഗ്ഗരൻ മറു
പടിയൊന്നും പറഞ്ഞില്ല.

വൈകാതെ, മത്തേഭൻ ചെരിഞ്ഞു. കാട്ടിലെ ഗുരുവിന്റെ
സ്ഥാനം ഗർഗ്ഗരൻ ഏറ്റെടുത്തു. പക്ഷേ, ആരും അവനെ
കാണാനോ അനുഗ്രഹം വാങ്ങാനോ ചെന്നില്ല.

ഗർഗ്ഗരനു ദേഷ്യം വന്നു. ഹും, ഈ അഹങ്കാരികളെ ഒരു

പാഠം പഠിപ്പിച്ചിട്ടു തന്നെ കാര്യം!, അവൻ കരുതി. എന്നിട്ട് അടുത്ത കാട്ടിലെ രാജാവായ കേശൻ സിംഹത്തെ കാണാൻ ചെന്നു. പക്ഷേ കേശൻ അവിടെ ഉണ്ടായിരുന്നില്ല. അതുകൊണ്ട് ഗർഗ്ഗരൻ രാജാവിന്റെ പൂമെത്തയിൽ കിടന്ന് ഉറക്കമായി.

വൈകാതെ കേശൻ വന്നു. തന്റെ മെത്തയിൽ ഒരു പീറക്ക ടുവ കിടന്നുറങ്ങുന്നതു കണ്ടപ്പോൾ കേശനുണ്ടായ അരിശം! അടുത്ത നിമിഷം കേശൻ, ഗർഗ്ഗരനെ പൊക്കിയെടുത്തു നില ത്തേക്കെറിഞ്ഞു: "ഹും, അഹങ്കാരി! നിന്നെ ഞാൻ...." കേശൻ ആക്രോശിച്ചു.

"ഹയ്യോ, ഞാൻ ജീവവനത്തിലെ ഗുരുവാണേ.... ആ കാട്ടിലെ മൃഗങ്ങളെ ഒരു പാഠം പഠിപ്പിക്കാനായി അങ്ങയെ വിളിക്കാൻ വന്നതാണേ!" ഗർഗ്ഗരൻ കരഞ്ഞു. "സ്വന്തം മൃഗങ്ങളെ പാഠം പഠിപ്പിക്കാനിറങ്ങിയ നീ എങ്ങനെ അവരുടെ ഗുരുവാകും? ഹും, നല്ലവനായ മത്തേഭന്റെ ശിഷ്യനായതുകൊണ്ട് നിന്നെ ഞാൻ ഒന്നും ചെയ്യുന്നില്ല. കടന്നുപോ!" കേശൻ അലറി.

മത്തേഭനെപ്പോലെ സ്നേഹംകൊണ്ടും നന്മ കൊണ്ടുമാണ് മറ്റുള്ളവരുടെ ബഹുമാനം പിടിച്ചെടുക്കേണ്ടതെന്ന് അപ്പോഴാണ് ഗർഗ്ഗരനു മനസ്സിലായത്. പക്ഷേ ഇനി എന്തുചെയ്യാൻ? അവൻ സങ്കടത്തോടെ ദൂരെയുള്ള ഒരു കാട്ടിലേക്കു വേച്ചു വേച്ചു നടന്നുപോയി.

61

വ്യക്തിയും വേഷവും

ജപ്പാനിൽ പണ്ട് ഹുസാങ് എന്നൊരു ഗുരുവുണ്ടായിരുന്നു. ലളിതമായ ജീവിതരീതികളായിരുന്നു അദ്ദേഹത്തിന്റേത്. ജപ്പാ നിലെ രാജാവായ സുഡാങ് ഒരിക്കൽ ഹുസാങ്ങിനെ തന്റെ കൊട്ടാ രത്തിലേക്കു ക്ഷണിച്ചു. ആർഭാടത്തിന് പേരുകേട്ടയാളായിരുന്നു സുഡാങ് രാജാവ്.

വൈകാതെ ഹുസാങ് കൊട്ടാരത്തിലേക്ക് പുറപ്പെട്ടു.

"ഹും, ആരാണ് നിങ്ങൾ?", കൊട്ടാരം ഭടന്മാർ ഹുസാങ്ങിനെ അടിമുടി നോക്കിക്കൊണ്ട് ചോദിച്ചു.

"ഞാൻ രാജാവിന്റെ ക്ഷണം അനുസരിച്ച് എത്തിയതാണ്. ദയവായി എന്നെ കടത്തിവിട്ടാലും!", ഹുസാങ് പറഞ്ഞു.

"ഇന്ന് രാജാവ് മഹാ പണ്ഡിതനായ ഹുസാങ്ങിനെ സൽക്ക രിക്കാനുള്ള ഒരുക്കത്തിലാണ്. അതിനിടയിൽതന്നെപ്പോലുള്ള ഒരു ദരിദ്രവാസിയെ കാണാൻ അദ്ദേഹത്തിന് നേരം കാണില്ല!"

ഭടന്മാരുടെ വാക്കുകൾ കേട്ടപ്പോൾ, തന്നെ അവർ തിരിച്ചറി ഞ്ഞിട്ടില്ല എന്ന് ഹുസാങ്ങിന് മനസ്സിലായി. ഒന്നും മിണ്ടാതെ അദ്ദേഹം വസ്ത്രങ്ങൾ വിൽക്കുന്ന ഒരു തെരുവിലേക്കു പോയി. എന്നിട്ട് ഏറ്റവും മുന്തിയ രീതിയിലുള്ള ഒരു വസ്ത്രം വാങ്ങി ധരിച്ചു. താമസിയാതെ വീണ്ടും ഹുസാങ് കൊട്ടാര കവാടത്തി ലെത്തി.

നേരത്തെ തന്നെ തടഞ്ഞ ഭടന്മാരോട് ഹുസാങ് പറഞ്ഞു: "ഞാൻ ഹുസാങ്ങാണ്. രാജാവിനെ കാണാൻ എന്നെ ദയവായി കടത്തിവിട്ടാലും!"

"വന്നാലും വന്നാലും!", ഇത്തവണ ഹുസാങ്ങിനെ ആദര പൂർവം ഭടന്മാർ അകത്തേക്കു ക്ഷണിച്ചു. ഹുസാങ് വന്നുവെ ന്നറിഞ്ഞ് രാജാവും വന്ന് നേരിട്ട് അദ്ദേഹത്തെ സ്വീകരിച്ച് കൊട്ടാ രത്തിലേക്ക് ആനയിച്ചു.

വൈകാതെ വിഭവസമൃദ്ധമായ സൽക്കാരച്ചടങ്ങുകൾ ആരം ഭിച്ചു. എന്നാൽ എല്ലാവരേയും അത്ഭുതപ്പെടുത്തിക്കൊണ്ട് ഹുസാങ് ആ വിഭവങ്ങളിൽ ഒന്നുപോലും ഭക്ഷിച്ചില്ല! പകരം അദ്ദേഹം ഭക്ഷണസാധനങ്ങളെല്ലാം തന്റെ വസ്ത്രത്തിന്റെ ഉള്ളിൽ കുത്തിത്തിരുകാൻ തുടങ്ങി.

"എന്താ, ആശ്രമത്തിലെ ശിഷ്യർക്കു വേണ്ടിയാണോ അങ്ങ് ഭക്ഷണം വസ്ത്രത്തിനുള്ളിൽ ശേഖരിക്കുന്നത്?", കൗതുക ത്തോടെ രാജാവ് ഹുസാങ്ങിനോടു ചോദിച്ചു.

അപ്പോൾ ഹുസാങ് പുഞ്ചിരിച്ചുകൊണ്ട് പറഞ്ഞു: "മഹാ രാജൻ, ഇത് ആശ്രമത്തിലേക്കുള്ളതല്ല. ഈ ഭക്ഷണം എന്റെ വസ്ത്രത്തിനുള്ളതാണ്.!"

അമ്പരന്നിരിക്കുന്ന രാജാവിനോട് ഹുസാങ് തുടർന്നു: "ഞാൻ എന്റെ യഥാർഥ വേഷത്തിൽ വന്നപ്പോൾ അങ്ങയുടെ ഭടന്മാർ എന്നെ തിരിച്ചറിഞ്ഞില്ല. ലളിതമായ വസ്ത്രം ധരിച്ചെ ത്തിയ എന്നെ അകത്തേക്കു കടത്തിവിട്ടതുമില്ല. എന്നാൽ വില പിടിപ്പുള്ള ഈ വസ്ത്രം ധരിച്ചെത്തിയപ്പോഴാകട്ടെ അങ്ങു പോലും നേരിട്ടു വന്ന് എന്നെ ആദരപൂർവം അകത്തേക്ക് ആന യിച്ചു!"

ഒന്നു നിർത്തിയിട്ട് അദ്ദേഹം തുടർന്നു: "അതായത് ഇന്നെ നിക്കു കിട്ടിയ സൽക്കാരം വാസ്തവത്തിൽ എനിക്കുള്ളതല്ല, ഈ വസ്ത്രത്തിനുള്ളതാണ്. അപ്പോൾ, ഈ വിഭവങ്ങൾ കഴി ക്കാൻ എന്നേക്കാൾ യോഗ്യത എന്റെ വസ്ത്രത്തിനുതന്നെ, അല്ലേ?"

ഹുസാങ്ങിന്റെ വാക്കുകൾ രാജാവിന്റെ കണ്ണു തുറപ്പിച്ചു. ആർഭാടഭ്രമം ഉപേക്ഷിച്ച് അദ്ദേഹം അന്നുമുതൽ ഒരു പുതിയ മനുഷ്യനായിത്തീർന്നു.

62

യുദ്ധത്തിലെ പങ്ക്

അടുത്തടുത്തായി രണ്ടു കാടുകളുണ്ടായിരുന്നു. ഉജ്ജ്വലൻ എന്ന സിംഹമാണ് അതിൽ ഒരു കാട് ഭരിച്ചിരുന്നത്. രണ്ടാമത്തെ കാടാവട്ടെ ഗാമു എന്ന കടുവയും.

ഒരിക്കൽ കടുവയും കൂട്ടരും ഉജ്ജ്വലന്റെ കാട് ആക്രമിക്കാൻ വട്ടം കൂട്ടി. ഇക്കാര്യം ഉജ്ജ്വലൻ അറിഞ്ഞു. ആക്രമണത്തെ നേരി ടാൻ അവനും തയ്യാറായി.

തന്റെ പ്രജകളിൽ ഓരോരുത്തർക്കും ചെയ്യാൻ പറ്റുന്ന കാര്യ ങ്ങൾ എന്തെല്ലാമെന്ന് ഉജ്ജ്വലൻ ആലോചിച്ചു. എന്നിട്ട് എല്ലാ മൃഗങ്ങളേയും വിളിച്ചുകൂട്ടി.

"നിങ്ങളാണ് ഏറ്റവും വലിപ്പമുള്ള ജീവികൾ" സിംഹരാ ജാവ് ആനകളുടെ തലവനോടു പറഞ്ഞു. "മറ്റു പോരാളികളേയും പുറത്തിരുത്തി ഒരു കോട്ടപോലെ മുന്നേറാൻ നിങ്ങൾക്കു കഴി യും. മാത്രമല്ല, തുമ്പിക്കൈകൊണ്ടടിച്ചും ചവിട്ടിയും ശത്രുസൈ ന്യത്തെ ഛിന്നഭിന്നമാക്കാനും പറ്റും!"

അടുത്തത് കടുവകളുടെ ഊഴമായിരുന്നു. "ശൗര്യത്തിൽ നിങ്ങളോടു കിടപിടിക്കാൻ മറ്റൊരു മൃഗവുമില്ല. നഖംകൊണ്ടും പല്ലുകൊണ്ടും നിങ്ങൾ ശത്രുവിനെ നേരിടണം!"

കുരങ്ങന്മാർ മരംകയറികളാണല്ലോ. മരത്തിനു മുകളിലിരുന്ന് ശത്രുക്കളുടെ നീക്കം നേരത്തേ അറിയാൻ നിങ്ങൾക്കു കഴിയും!"

ഉജ്ജ്വലൻ കുരങ്ങന്മാരോടു പറഞ്ഞു.

ഇങ്ങനെ സിംഹരാജാവ് ഓരോരുത്തർക്കും യോജിച്ച പ്രവൃ
ത്തികൾ കണ്ടെത്തി. ശത്രുവിന്റെ കോട്ടയ്ക്കകത്തു കയറി അവരെ
അടിച്ചു ശരിപ്പെടുത്തണമെന്ന് കരടിയോടു പറഞ്ഞു ശട്ടംകെട്ടി.
യുദ്ധം മുറുകുമ്പോൾ പുതിയ തന്ത്രങ്ങളെക്കുറിച്ച് ആലോചി
ക്കാനായിരുന്നു കുറുക്കന്മാരെ ഏൽപ്പിച്ച ജോലി.

ഒടുവിൽ രണ്ടു കൂട്ടർമാത്രം അവിടെ ബാക്കിയായി. മുയലു
കളും കഴുതകളുമായിരുന്നു അത്. ചെറിയ ശബ്ദം കേട്ടാൽ
പ്പോലും പേടിച്ചു പായുന്നവരാണു മുയലുകൾ. കഴുതകൾക്കാ
കട്ടെ, ബുദ്ധിയില്ലെന്നാണ് വെപ്പ്. മാത്രമല്ല, കരച്ചിൽ കേട്ടാൽ
മറ്റുള്ളവർക്കു പരിഹസിക്കാനാണു തോന്നുക. അതുകൊണ്ട്
യുദ്ധത്തിൽ ജോലി കിട്ടിയ മൃഗങ്ങളെല്ലാം അവരെ നോക്കി കളി
യാക്കി.

അപ്പോൾ ഉജ്ജ്വലൻ ആ രണ്ടു കൂട്ടരേയും അടുത്തു വിളി
ച്ചു. എന്നിട്ടു പറഞ്ഞു: "നിങ്ങൾ മുയലുകൾ ഓട്ടത്തിൽ ബഹു
മിടുക്കരാണല്ലോ. യുദ്ധത്തിനിടയിൽ ഓരോ സ്ഥലത്തും എന്റെ
ആജ്ഞകളെത്തിക്കുന്ന ദൂതന്മാരാവാൻ നിങ്ങളാണു നല്ലത്. കഴു
തകളുടെ കാര്യവും അതുപോലെതന്നെ. എന്റെ ഗർജ്ജനത്തേ
ക്കാൾ ശബ്ദമുണ്ട് കഴുതയുടെ കരച്ചിലിന്. ഓരോ ദിവസവും
യുദ്ധം തുടങ്ങാനുള്ള കാഹളം മുഴക്കണമല്ലോ. എന്റെ അരി
കിൽനിന്ന് കഴുതകൾ കാഹളം മുഴക്കട്ടെ!"

മുയലിനും കഴുതയ്ക്കും സന്തോഷമായി. ഏതു കാര്യ
ത്തിലും എല്ലാവർക്കും എന്തെങ്കിലും ഉപകാരം ചെയ്യാനാവുമെന്ന്
മറ്റു മൃഗങ്ങൾക്കും ബോധ്യമായി.

63

വാക്കും പ്രവൃത്തിയും

രുദ്രവനത്തിലെ രാജാവായിരുന്നു തുംഗൻസിംഹം. ഒരിക്കൽ ക്രൂരനായ ഒരു കടുവ കൂട്ടുകാരോടൊപ്പം രുദ്രവനത്തിലെത്തി. എന്നിട്ട് മൃഗങ്ങളെ പിടിച്ചുതിന്നാനും ഉപദ്രവിക്കാനുമൊക്കെ തുടങ്ങി.

ഇതുകണ്ട് തുംഗന് ദേഷ്യം വന്നു. അവൻ കടുവത്തലവ നോട് വേഗം സ്ഥലംവിടാൻ കൽപ്പിച്ചു. എന്നാൽ, മഹാദുഷ്ട നായ കടുവയാകട്ടെ, കൂട്ടാളികളോടൊപ്പം തുംഗനുനേരെ ചാടി വീഴുകയാണ് ചെയ്തത്.

പേടിച്ചരണ്ട തുംഗൻ കടുവകളെ നേരിടാനാവാതെ പാഞ്ഞു. കടുവകൾ സിംഹരാജനെ പിന്തുടർന്നു.

ഓടിയോടി തുംഗൻ ഒരു പാറക്കെട്ടിനരികിലെത്തി. അവിടെ ഒരു കുറുക്കൻ നിന്നിരുന്നു. രാജാവിനെ കണ്ടപ്പോൾ കുറുക്കൻ താണുതൊഴുതു. അപ്പോൾ തുംഗൻ പറഞ്ഞു: "എന്നെ കൊല്ലാ നായി കടുവത്തലവനും കൂട്ടരും വരുന്നുണ്ട്. ഒളിച്ചിരിക്കാൻ ഒരിടം കാണിച്ചുതരൂ!"

കുറുക്കൻ ഉടനെ പാറക്കെട്ടിലുള്ള തന്റെ മാളം കാണിച്ചു കൊടുത്തു. സിംഹരാജാവ് അതിനകത്ത് കയറി ശ്വാസംപിടിച്ച് അനങ്ങാതിരുന്നു.

അൽപ്പം കഴിഞ്ഞപ്പോൾ കടുവത്തലവനും കൂട്ടരും അവി

ടെയെത്തി: "ഹേ, കുറുക്കാ, നിങ്ങളുടെ സിംഹരാജാവ് ഈ വഴി ക്കെങ്ങാൻ വന്നോ?"

കുറുക്കൻ ഉടനെ മനസ്സിലോർത്തു: 'ഇനിയിപ്പോൾ പഴയ സിംഹമാണോ ഈ കടുവയാണോ രാജാവാകുക എന്ന് ഉറപ്പു പറയാൻ വയ്യ. ആരു ജയിച്ചാലും അവരുടെ സേവകനാൻ കഴി ഞ്ഞാൽ രക്ഷപ്പെട്ടു. അതുകൊണ്ട് ഒരു വിദ്യയൊപ്പിക്കാം!' ഇങ്ങനെ വിചാരിച്ച് അവൻ കടുവയോട് പറഞ്ഞു:

"അങ്ങുന്നേ, സിംഹരാജാവ് ഈ വഴിയിലൂടെ ഓടി ആ പുഴ യിൽ ചെന്നു ചാടിയിട്ടുണ്ട്!" ഇതു പറയുന്നതിനിടയിൽത്തന്നെ കുറുക്കൻ ഒരു കൈപൊക്കി ഗുഹയുടെ നേരെ ചൂണ്ടിക്കാണി ക്കുകയും ചെയ്തു.

എന്നാൽ, കുറുക്കന്റെ ആംഗ്യം ശ്രദ്ധിക്കാഞ്ഞിട്ടോ എന്തോ, കടുവത്തലവനും കൂട്ടരും നേരെ ഓടിപ്പോകുകയാണ് ചെയ്ത ത്. അവർ പോയെന്നു മനസ്സിലായപ്പോൾ തുംഗൻ പുറത്തിറങ്ങി വന്ന വഴിയെ നടന്നു നീങ്ങി.

ഇതുകണ്ടപ്പോൾ കുറുക്കൻ തുംഗന്റെ അരികിൽ ഓടിയെ ത്തി. "തിരുമനസ്സേ, ഞാൻ ആ ദുഷ്ടന്മാരെ വഴിതെറ്റിച്ചുവിട്ട് അങ്ങയെ രക്ഷിച്ചില്ലേ? അങ്ങയുടെ സേവകന്മാരിൽ ഒരാളായി എന്നെ നിയമിക്കാൻ ദയവുണ്ടാവണം!" അവൻ വണങ്ങിക്കൊണ്ട് പറഞ്ഞു.

തുംഗൻ അവനെ രൂക്ഷമായി ഒന്നു നോക്കിയിട്ടു പറഞ്ഞു: "ഗുഹയിലിരുന്ന് ഞാനെല്ലാം കാണുന്നുണ്ടായിരുന്നു. നാക്കു കൊണ്ട് പറയുന്നതായിരുന്നില്ല കൈകൊണ്ട് നീ പ്രവർത്തിച്ച ത്. വാക്കും പ്രവൃത്തിയും ഒരേപോലെയാവണമെന്ന് ആർക്കാ ണറിയാത്തത്! ഏതായാലും എനിക്ക് തൽക്കാലം ഒളിക്കാനൊ രിടം കാണിച്ചുതന്നതുകൊണ്ട് നിന്നെ ഞാൻ വെറുതെവിടുന്നു!"

കുറുക്കൻ ഒന്നും മിണ്ടാതെ തലതാഴ്ത്തി ഗുഹയിലേക്കോ ടി.